நூல்வனம்

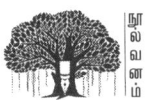

அப்பன்

அழகுநிலா

நூல்வனம்

அப்பன்
அழகுநிலா

Appan
Azhagunila

Published by: **Noolvanam**, M22, Sixth Avenue
Alagapuri Nagar, Ramapuram
Chennai - 600 089. +91 91765 49991
Email: noolvanampublisher@gmail.com

First Edition: May 2023
136 Pages
ISBN: 978-81-947623-0-0

Designed & Printed by **Ramani Print Solution**
Chennai - 600 089.

சமர்ப்பணம்
அப்பனைத் தந்த மண்
'செண்டாங்காடு' கிராமம்

அப்பன் தந்த உடன்பிறப்புகள்
மணிவிழி, திருமாலவன்

அழகுநிலா

1974ஆம் ஆண்டு பிறந்த அழகுநிலாவின் சொந்த ஊர் செண்டாங்காடு (தஞ்சை மாவட்டம், தமிழ்நாடு). தற்போது சிங்கப்பூரில் வசிக்கிறார்.

இவரது பிற நூல்கள்:

ஆறஞ்சு, சங் கன்ச்சில் (சிறுகதைத் தொகுப்புகள்)

சிறுகாட்டுச் சுனை, மொழிவழிக் கனவு (கட்டுரைத் தொகுப்புகள்)

கொண்டாம்மா கெண்டாமா, மெலிஸாவும் மெலயனும், மெலிஸாவும் ஜப்பானிய மூதாட்டியும் (சிறுவர் கதை நூல்கள்)

பா அங் பாவ் (சிறுவர் பாடல் நூல்)

வாசிப்பெனும் வானம், தோற்ற கவிதைகள் (மின்னூல்கள்)

மின்னஞ்சல்: azhagunila@yahoo.com

தந்தை என்னும் தெய்வம்

அப்பாவைப் பற்றிய மகளின் நினைவுப் பதிவுகள் எழுத்திலக் கியத்தில் மிகவும் குறைவு. ஆனால் வாய்மொழி இலக்கியமான நாட்டுப்புறப் பாடல்களின் ஒரு வகைமையான ஒப்பாரிப் பாடல்களில் அவை அதிக அளவில் இடம்பெற்றிருக்கின்றன. அப்பாவின் மறைவையொட்டி மகள் பாடும் விதமாக அமைந்திருக்கும் ஒவ்வொரு ஒப்பாரிப்பாடலும் ஒரு நினைவுச் சின்னமாக அமைந்திருப்பதைப் பார்க்கலாம்.

'கருப்புக் குடைபிடிச்சிக் காட்டுப்பக்கம் போனாலும் காடும் பயிராகும் நீங்க பாத்த இடமும் தோப்பாகும். நீலக் குடைபிடிச்சி நெலம் பாக்கப் போனாலும் நெலமும் பயிராகும் நீங்க நின்ன இடமும் தோப்பாகும்' என்ற பாடல் வரிகள் உடனடியாக நினைவுக்கு வருகின்றன. செல்லும் இடங்களையெல்லாம் செல்வச்செழிப்பு நிறைந்ததாக மாற்றும் ஆற்றல் தன் அப்பாவுக்கு இருந்ததாக நம்பும் மகளின் தன்னம்பிக்கையை இவ்வரிகளில் காணமுடியும். 'மாங்கா அடுப்புக்கூட்டி மல்லிகைப்பூச் சோறாக்கி மல்லிகைப்பூச் சோறு தின்ன அப்பா மந்தையெல்லாம் தேடுறனே தேங்கா அடுப்புக் கூட்டித் தென்னபிள்ளை சோறாக்கி தென்னம் புள்ள சோறு தின்ன தெருவெல்லாம் தேடுறனே' என்பது இன்னொரு பாடல். சின்னஞ்சிறு வயதில் தனக்குச் சோறூட்டி வளர்த்த அப்பாவின் அன்பையும் அவருக்குத் தன் கையால் சோறு சமைத்து ஊட்டிவிட முடியாமல் போய்விட்ட அவலத்தையும் இப்பாடலில் காணமுடியும்.

தன்னை ஓர் அரசாங்க ஊழியனாகப் பார்க்க நினைத்த தன் அப்பாவின் கனவையும் அதற்காக ஆங்கிலத்தையும் கணக்குப் பாடத்தையும் படிக்க வைக்க அனுப்பிய செயலையும் பற்றிய ஒரு சிறிய சித்திரத்தைப் பாரதியார் தன் கவிதைகளில் பதிவு செய்துள்ளார். க.நா.சு.வின் அப்பா தன் மகன் ஓர் ஆங்கில எழுத்தாளனாக வரவேண்டும் என உள்ளூர விரும்பியதையும் பல மேலைநாட்டு இலக்கியங்களைச் சிறுவயதில் அவருக்குப் படித்துக் காட்டியதன் வழியாக அந்த ஆர்வம் தனக்கு இயல்பாக வந்துவிட்டதென்றும் அவர் தன் கட்டுரைகளில் பல இடங்களில் பதிவு செய்திருக்கிறார். கலை இலக்கியம் என்று அலைந்துகொண்டிருந்ததால் தன் அப்பா தன்னை மிகுந்த அவநம்பிக்கையோடு பார்த்தார் என்றும் தன்னிடம் ஒரு சர்வாதிகாரியைப்போல நடந்துகொண்டார் என்றும் தன் நினைவோடைக் கட்டுரையில் ஒரு பகுதியில் சுந்தர ராமசாமி குறிப்பிட்டிருக்கிறார். ஆனால் ஒரு தனிநூலாக யாரும் எழுதியதில்லை. தமிழ் கற்க விரும்பிய தன் சிறுவயதில் தக்க இடம் தேடி அனுப்பிவைத்த தன் தந்தையின் பெருந்தன்மையைத் தன் தன்வரலாற்று நூலில் உ.வே.சா. குறிப்பிட்டிருக்கிறார். நினைவலைகளாக அரசியல் நினைவுகளை எழுதிய அரசியலாளர்களும் அறிஞர்களும் கூடத் தம் தாயைப்பற்றியோ தந்தையைப்பற்றியோ தனி நூலாக எழுதியதில்லை. அப்போக்கு சமீபத்தில்தான் தொடங்கியிருக்கிறது.

சில ஆண்டுகளுக்கு முன்பாக வெற்றிச்செல்வன் என்பவர் எழுதிய 'மெய்யாக வாழ்ந்த கதை' என்னும் புத்தகத்தைப் படித்தேன். அது அவர் தன் தந்தையார் ப.தெட்சிணாமூர்த்தி என்பவரைப் பற்றி எழுதிய நீண்டதொரு நினைவுத்தொகுப்பு. அதைத் தொடர்ந்து திருவண்ணாமலையைச் சேர்ந்த வடிவரசு என்னும் கவிஞர் எழுதிய 'ஐயா (எ) 95 வயதுக் குழந்தை' என்னும் புத்தகத்தைப் படித்தேன். அதுவும் அவருடைய தந்தையாரைப் பற்றிய புத்தகம்.

அந்த வரிசையில் இப்போது அழகுநிலாவின் புத்தகம் வெளிவந்திருக்கிறது. தன் மீது பாசத்தைப் பொழிந்த தந்தையை, தன் நினைவுகள் வழியாக ஒரு சிற்பமெனச் செதுக்கி நிறுத்தி வைத்திருக்கிறார் அழகுநிலா. தன் நிறைகள், குறைகள் எல்லாவற்றோடும் அவர் ஒரு தெய்வமென இந்த நூலில் எழுந்துவருகிறார். பெயர் பொறித்த பித்தன், சக்தி

அறியாக் கூத்தன், தகடுடைக்கரத்தான் என அவர் தம் கட்டுரைகளுக்குச் சூட்டியிருக்கும் தலைப்புகள் அனைத்தும் அழகுநிலா தன் தந்தைக்குத் தன் மனத்தில் தெய்வத்துக்கு நிகராகக் கொடுத்திருக்கும் இடத்தைச் சொல்லாமல் உணர்த்தும் வகையில் அமைந்திருக்கின்றன.

அழகுநிலாவின் தந்தையாரின் பெயர் பஞ்சாட்சரம். அவரைப் பற்றி ஒவ்வொரு கட்டுரையிலும் சிதறிக் கிடக்கும் பல்வேறு தகவல்களை ஒருங்கிணைத்துக்கொள்வதன் வழியாக அவருடைய உருவம் திரண்டெழும் வகையில் பதிவுகளை எழுதியிருக்கிறார் அழகுநிலா. பஞ்சாட்சரம் அந்தக் காலத்தில் பள்ளியிறுதி வகுப்பு வரையில் மட்டுமே படித்தவர். மேற்படிப்புப் படிக்கும் ஆர்வம் இருந்தபோதும் குடும்பத்தில் அவரைப் படிக்க வைக்க ஆளில்லை. ஓங்கிய உருவமும் முறுக்கிய மீசையும் கொண்ட அவருடைய மிடுக்கும் துணிச்சலும் பார்ப்பவருக்குச் சற்றே மிரட்சியைக் கொடுப்பவை. தேர்வெழுதிப் பொதுப்பணித்துறையில் வேலைக்குச் சேர்கிறார். பள்ளிக்குச் செல்வதுபோல முதல் நாள் வேலைக்குச் செல்லும்போது அரைக்கால் சட்டையைப் போட்டுக்கொண்டு அலுவலகத்துக்குச் சென்று பிற ஊழியர்களின் கிண்டலுக்கு ஆளாகிறார். தி.மு.க. இயக்கத்தோடு ஆழ்ந்த பிடிப்புள்ளவராகவே இறுதிவரைக்கும் வாழ்கிறார்.

பொறியாளராக வந்து சேரும் பெரிய பெரிய படிப்பாளிகள் எல்லாரும் பொதுமக்களிடம் கைநீட்டி லஞ்சம் வாங்கும் காட்சியைக் கண்டு வெறுப்பும் கோபமும் கொள்கிறார். புலவர் படிப்புப் படித்த தமிழாசிரியையை அவருக்கு மணமகளாகத் தேர்ந்தெடுக்கிறார்கள். தி.மு.க. இயக்கத்தலைவர்களில் ஒருவரான மன்னை நாராயணசாமியின் தலைமையில் சீர்திருத்தத்திருமணம் செய்துகொள்கிறார். திருமணத்துக்கு முன்பு மதுப்பழக்கம் இருந்தபோதும் திருமணம் செய்துகொண்ட பிறகு மது அருந்துவதைக் கொஞ்சம் கொஞ்சமாகக் குறைத்துக்கொள்கிறார்.

அவருக்கு மூன்று பிள்ளைகள். மூவரையும் அவர்கள் விரும்பும் அளவுக்கு உயர்படிப்புப் படிக்கவைக்கிறார். அழகுநிலா என்னும் மூத்த பெண்ணை அவர் ஆண்பிள்ளையை அழைப்பதுபோல அழகப்பா என்றும் வாடா போடா என்றும் பாசம் பொங்க

அழைக்கிறார். கட்டிய புதுவீட்டுக்குக் குடும்பத்தில் உள்ளவர்கள் பெயர்களையெல்லாம் கடப்பாக் கல்லில் பொறிக்கவைத்து வாசலில் ஊர்மக்கள் பார்வையில்படும்வகையில் பதித்து வைக்கிறார்.

படிப்பைவிடப் பிள்ளைகள் ஒழுக்கமாக வளரவேண்டும் என்பதில் அவர் உறுதியாக இருக்கிறார். தற்செயலாக ஒருநாள் தன் மகளின் வீட்டுப்பாடத்தை இன்னொரு சிறுமி செய்வதைப் பார்த்துத் திகைத்துவிடுகிறார். விசாரணையின் போது தானே செய்ததுபோல மகள் பொய் சொன்னது அவரைப் புண்படுத்திவிடுகிறது. "நீ படி, படிக்காம நாசமாப் போ. எனக்குக் கவல இல்ல. ஆனா திருட்டுத்தனம், பொய் இதெல்லாம் வச்சிகிட்டே, கொன்னு பொதைச்சிடுவேன்" என்று சீறுகிறார். மகள் காதலிக்கும் செய்தியை அறிந்து மனமுடைந்து போகிறார். அந்தக் காதலை ஏற்க அவர் மனம் தயாராக இல்லை அதே சமயத்தில் திருமணம் செய்துகொள்வதைத் தடுக்கவும் இல்லை.

இப்படி ஏராளமான செய்திகள் அழகுநிலாவின் நினைவுப் பதிவுகளில் இடம்பெற்றிருக்கின்றன. ஒரு நாவலுக்குரிய அத்தியாயங்களைக் கலைத்து அடுக்கியதுபோன்ற வடிவத்தில் இந்த நினைவுப்பதிவு அமைந்துள்ளது. ஒவ்வொரு பதிவும் ஆர்வமூட்டும் வகையில் கச்சிதமான வடிவ ஒழுங்கோடு எழுதப்பட்டிருக்கிறது.

நான் சிறுவனாக இருந்த காலத்தில் என் அப்பா இரவு நேரத்தில் பொழுதுபோக்காகத் திண்ணையில் அமர்ந்து அடிக்கடி பாடிய பாடலொன்று நினைவுக்கு வருகிறது. நான் வளர்ந்து பெரியவனாகித் திரைப்பாடல்களில் எனக்கும் ரசனை உருவாகிவந்த காலத்தில் அப்பாடல் தாய்க்குப்பின் தாரம் என்னும் திரைப்படத்துக்காகக் கவிஞர் தஞ்சை ராமையாதாஸ் எழுதிய பாடல் என்பதை அறிந்துகொண்டேன். தாயைப்பற்றியும் தாரத்தைப்பற்றியுமான ஒரு திரைப்படத்தில் தந்தையைப்பற்றிய பாடலொன்றைக் கொண்டிருப்பதை அக்காலத்தில் விசித்திரமாக நினைத்ததுண்டு. 'தந்தையைப்போல உலகினிலே தெய்வம் உண்டோ? ஒரு மகனுக்கு சர்வமும் அவரென்றால் விந்தை உண்டோ' என்று தொடங்கும் அப்பாடலை இப்போது கேட்டாலும் என் மனம் விம்மி அடங்குகிறது.

யாரோ ஒருவர் தன் தந்தையைப்பற்றிப் பாடும்போது நம் மனம் ஏன் கனத்துப் போகிறது என்பது சொல்லில் வடிக்கமுடியாத ஒரு விசித்திரம். அழகுநிலா தன் தந்தைக்காக இப்புத்தகம் வழியாகச் செதுக்கியெழுப்பி நிறுத்தியிருக்கும் சொற்சிலையைப் படிக்கும்போதும் அத்தகு விசித்திரமான மனபாரத்தை உணர்ந்தேன்.

அழகுநிலாவுக்கு வாழ்த்துகள்!

பாவண்ணன்
பெங்களூர்
28 பிப்ரவரி, 2023.

மகளின் தந்தை

தந்தை மகன் உறவுபற்றி இலக்கியத்தில் நிறையவே பேசப் பட்டுள்ளது. அந்த அளவுக்கே சிக்கலும், ஆழமும் கொண்டது தந்தை மகள் உறவு. தந்தை மகள் உறவில் வாரிசாதல், தலைமுறை மோதல் ஆகியவற்றுடன் ஆண்பெண் மோதலும் உள்ளது. அத்தகைய விரிவுடன் தமிழில் குறிப்பிடும்படி எந்த இலக்கியப் பதிவோ, நினைவுப்பதிவோ இல்லை.

தந்தையைக் குறித்து ஒரு மகனோ, மகளோ எழுதுவதற்கு ஒரு குறிப்பிட்ட கால இடைவெளி தேவைப்படுகிறது. அவர்கள் தங்கள் இளவயதில் எழுதினால் பெரும்பாலும் உணர்ச்சி சார்ந்தே அதை வடிவமைக்கிறார்கள். முதிய வயதில் எழுதினால் அதில் உள்ள உணர்ச்சிகரமும், நினைவும் மிகவும் மங்கிவிடும். ஆக எழுதச் சரியான வயதென்பது நடுத்தர வயதுதான். அவ்வகையில் அழகுநிலா சரியான காலகட்டத்தில் இந்நினைவுகளை எழுதியுள்ளார்.

பொதுவாகத் தந்தையர் தங்கள் பெண்குழந்தைகளின் ஆளுமையின் விசேஷத் திறனுக்குப் பெரும்பங்காற்றுகின்றனர். ஆண்குழந்தைகளை விடப் பெண்குழந்தைகளிடம் தந்தையரின் நெருக்கம் அதிகம். ஏனென்றால் அவர்களின் உள்ளங்கையில் பிறந்து வளரும் ஒரு பெண் அவள். தந்தையர் மிக அணுக்கமாக அறிந்திருப்பதும் மகளைத்தான். மகளுக்குத் தந்தை அவளுடைய முதல் கதாநாயகன்.

ஆனால் ஒப்புநோக்கத் தந்தை மகளின் ஆளுமையை வடிவமைப்பது மேற்கில் அதிகம். மேற்குலகு பொதுவாகவே கலைரீதியிலான ஆளுமை வளர்ச்சியை வழிபடும் சமூகம். நம்

நாட்டில் தந்தையர் தங்களின் பெண் குழந்தைகளின் ஆளுமை வளர்ச்சியை விடவும் பொருளாதாரப் பாதுகாப்பையும் சமூகநிலையையும் கருத்தில் கொள்கின்றனர். ஆகவே அவர்கள் ஒழுக்கம் என்று தாங்களும் சமூகமும் கருதும் வரையறைகளுக்கு உட்பட்டுத் தன் பெண் வளர வேண்டும் என்ற கூடுதல் அழுத்தமும் தருகின்றனர்.

மேற்கில் சில பெண் எழுத்தாளர்கள் தங்கள் தந்தையரை நினைவு கூர்ந்து எழுதியுள்ளனர். 'ஃப்ரான்ங்க்கென்ஸ்டீன்' எழுதிய புகழ்பெற்ற நாவலாசிரியை மேரி ஷெல்லி தன் தந்தை பற்றிய நினைவுக் குறிப்புகளில் தன் அறிவு வளர்ச்சியில், கலையார்வத்தில் அவர் ஆற்றிய மிகப்பெரிய பங்கினைக் குறித்துக் கூறுகிறார். அவளுக்கு அவர் கிரேக்க மற்றும் லத்தீன் மொழிகளையும் அவற்றின் செவ்வியல் படைப்புகளையும் போதித்தார். ஷேக்ஸ்பியரையும் மில்ட்டனையும் கற்பித்தார். அதனால்தான் அவளால் தன் பத்தொன்பதாவது வயதிலேயே உலகப் புகழ் பெற்ற நாவலை எழுத முடிந்தது. அந்நாவலில் அவள் பயின்ற எல்லாமே ஊடுபிரதியாக வரும். வர்ஜீனியா வுல்ஃபின் தந்தையும் அவர் ஆளுமை உருவாக்கத்தில் மிகுந்த செல்வாக்கைச் செலுத்தியவர். இந்தியாவில் இந்திரா காந்தி முழுக்க முழுக்க நேருவின் ஆளுமையால் வடிவமைக்கப் பட்டவர். மலையாள எழுத்தாளர் சுகதகுமாரி அவர் தந்தை போதேஸ்வரனை ஆசிரியராக, முன்னோடிக் கவிஞராகக் கொண்டு உருவானவர்.

மாறாக, சில்வியா பிளாத்தின் தந்தை அவரை மிகுந்த கொடுமைக்கு உள்ளாக்கியவர். தன் தந்தையை நாஸியாகவும் தன்னைப் பரிதாபமான யூதப் பிரஜையாகவும் அவர் உருவகித்து எழுதிய 'Daddy' கவிதை புகழ் பெற்றது. அதேபோல் மேரி வோல்ஸ்டோன்கிராஃப்ட்டின் தந்தையும் தன் பெண்ணுக்குச் சேரவேண்டிய சொத்தையும் சேர்த்துக் குடித்தே அழித்தார்.

பெண் எழுத்தாளர்களின் ஆளுமையை மதிப்பிடும் போது எப்படியோ அவர்களின் தந்தையையும் கருத்தில்கொள்ள வேண்டும் என்று தோன்றுகிறது. தமிழில் அத்தகைய எழுத்துக்கள் அரிது. இத்தொகுப்பில் ஆசிரியர் தன் தந்தையைப்பற்றி நேர்மையாகப் பதிவு செய்கிறார். ஒன்றிரண்டு பொருந்தாத குணங்கள் கொண்ட போதிலும் தன் குழந்தைகளின்மேல் மிகுந்த

பிரியமும், அவர்கள் வளர்ச்சியில் அக்கறையும் உள்ளவராகவே அவர் தந்தை இருக்கிறார்.

இந்நினைவுகளை அழகுநிலா காலவரிசைப்படித் தொகுக்க வில்லை. நினைவுகள் முண்டியடித்துக் கொண்டு வருவதை அவர் அதன் போக்கில் பதிவு செய்திருப்பது இதற்கு ஒரு நம்பகத் தன்மையையும், ஒரு வகை உயிர்த்தன்மையையும் தருகிறது.

பஞ்சாட்சரம் என்ற அவர் தந்தை நிறைகுறைகளையுடைய சராசரி மனிதராகவே அறிமுகமாகிறார். பிறகு படிப்படியாக முழுமையடைந்து கொஞ்சம் தனித்துவமிக்க மனிதராக நம் மனதில் இடம்பிடிக்கிறார். ஆளுமையின் எல்லாப் பகுதிகளும் நமக்கு அறிமுகமாகி முழுமையான தந்தை எனும் ஆளுமை மிக்க வடிவம் துலங்கி வருகிறது.

வறுமைப் பின்னணியில் கல்வி கற்க இயலாத சூழலில் பஞ்சாட்சரத்தால் பத்தாம் வகுப்புவரை மட்டுமே படிக்க முடிகிறது. கல்வி கற்கும் ஆவல் அவருக்குள் பொங்கி வழிந்தாலும் வேலை செய்து குடும்பப் பொறுப்பை ஏற்கும் நிர்ப்பந்தத்தால் உடனே கிடைத்த மின்வாரிய வேலையை ஏற்றுக்கொள்கிறார். தன் தீராக் கல்வி வேட்கையால் தன்னைவிடக் கூடுதல் படித்தவர் அவர் மனைவி என்று தெரிந்தும் அவரை மணக்கிறார். மனைவி கூடுதலாகப் படித்திருந்தால் தன் கையை மீறிப் போய்விடுவாள் என்ற எண்ணம் தீவிரமாக இருந்த ஒருகாலகட்டம் அது.

அதை ஈடுகட்டத் தன் பிள்ளைகளுக்குச் சிறந்த தொழில்நுட்பக் கல்வியைக் கொடுக்கிறார். மூன்று பிள்ளைகளையும் முதுகலை வரை படிக்க வைக்கிறார். பட்டங்களை வரிசையாக அவர்களின் பெயருக்குப் பின் சூட்டி மகிழ்கிறார். தானாகவே ஆங்கிலத்தையும் (Wren & Martin) அகராதியின் துணையோடு கற்றுத் தேர்கிறார். Reader's Digest மாத சஞ்சிகையை முழுதும் படிக்கும் அளவுக்குத் தேர்கிறார்.

கோபம் மிகுந்த அவரிடம் நண்பர்கள் சூழ்ந்து இருக்கிறார்கள். எளிதில் மறப்பதும், மன்னிப்பதும் அவர் குணமாக இருக்கிறது. அதுபோல் அக்கால கணவன் மனைவி உறவுதான் அவர்களுக்கிடையில் என்றாலும், சதா சண்டையிடுவதுபோல் தோன்றினாலும் அவரது மனைவியின் மேல் ஒரு பிரியம் இருந்தபடியே உள்ளது.

அக்காலத் திராவிடக்கட்சிகளின் ஆதிக்கம் இவர்கள் குடும்பத்தையும் விட்டுவைக்கவில்லை. தன் ஜாதியிலேயே பெண் பார்த்தாலும் தன்னுடைய திருமணத்தைச் சுயமரியாதைத் திருமணம் போல் நடத்தும் அவர் தன் மகளின் காதலை முதலில் ஏற்றுக் கொள்ளத் தயங்குகிறார். பல மாதங்கள் வீட்டில் ஒரு மௌனப் போராட்டமே நடக்கிறது. இந்த முரண் இல்லாதத் திராவிடக் கட்சிக் காரர்களே இல்லை என்றுபடுகிறது. கொள்கை எல்லாம் வாசல்வரைதான், வீட்டில் நிலைமை முற்றிலும் வேறு.

கடவுள் விஷயத்திலும் அவ்வாறே. சரஸ்வதி பூஜை தொடங்கி எல்லாப் பண்டிகைகளும் கொண்டாடப்படுகின்றன. வீடு கட்டும்போது பூஜை அறையை வைத்தே வீடு கட்டுகிறார். ஆனால் கலப்புமணம் செய்துகொண்ட ஒரு தாழ்த்தப்பட்ட பெற்றோரின் குழந்தையை அழகுநிலா தன் தோழியென வீட்டுப் பூஜையறைக்கு உரிமையுடன் அழைத்து வரும்போது மகள் பார்த்திருக்கவே அப்பெண்ணை அவமானப்படுத்தித் துரத்துகிறார். அச்சம்பவம் ஓர் ஆறாவடுவென அழகுநிலா மனதில் பதிந்து விடுகிறது. ஒரு பொருத்தமான சந்தர்ப்பத்தில் தன் தந்தையிடம் அதைக் கேட்கவும் செய்கிறார். அதற்கு அவர் தந்தை ஒரு மௌனத்தை மட்டுமே விட்டுச் செல்கிறார்.

சில தருணங்களை வாழ்நாள் முழுவதும் நம் மனம் சேமித்து வைக்கும். இதில் சொல்லப்பட்டவைகளில் எனக்கு மிகப்பிடித்த தருணம், அழகுநிலா தன் தந்தையுடன் மிதிவண்டிப் பயணத்தில் ஒரு குளக்கரையில் அந்திச் சூரியனின் சிவந்த அணைவில் முதன் முதலாக ரயிலைப் பார்ப்பது. அது தன்னளவிலேயே ஒரு கவித்துவக் காட்சிச் சித்திரிப்பைப் பெற்றுவிடுகிறது பாதேர்பாஞ்சாலியின் ரயில்பார்க்கும் காட்சிபோல. ஆனால் அந்தப் பயணத்தில் அவர்கள் தேடிச் சென்றது கம்மலைத் திருடிச் சென்ற ஒரு திருடனை. ஆனால் இந்த ரயில் தரிசனத்தின் முன் அது ஒன்றுமில்லாமல் ஆகிறது. குழந்தைகளின் மனதில் அன்றாடக் காரண காரிய உலகின் எந்தத் தேவைகளும் ஒரு பொருட்டில்லை என்றாகும் ஒரு கணம். தந்தைக்கும் அம்மனநிலை சிறிது நேரமாவது வாய்த்திருக்கலாம்.

இன்னொரு நெகிழ்வான தருணம் பஞ்சாட்சரம் தன் மனைவியின் தந்தை தூக்கிட்டு இறந்தபோது அவ்விடத்தில் சென்று யாருமற்ற ஒரு தருணத்தில் அந்தப் பாதி பிய்ந்த தூக்குக்

கயிறுக்கு அடியில் மண்டியிட்டு அழுவது. அதற்கு முந்தையப் பல சந்தர்ப்பங்களில் அவரை அலட்சியப்படுத்திய நினைவுகள் எல்லாம் அவரது மூர்க்கம் எனும் கற்பாறை மீது மோதுகின்றன.

தந்தையின் ஆளுமையைத் திருமணத்துக்கு முன், பின் என இரண்டாகப் பகுக்கலாம். காட்டுமிராண்டியின் குணங் களாகவே அறியப்படும் காரணமற்ற முன்கோபம், அதீத குடிப்பழக்கம் என இருந்த அவர் திருமணத்துக்குப் பிறகு மனைவி, குழந்தைகளால் குடியை அனேகமாக நிறுத்தி அரிதாகக் குடிக்கிறார், (கிட்டத்தட்ட மனைவியின் அனுமதியோடு) பண்பட்ட ஓர் ஆளுமையாக நிகழும் மாற்றம் நன்கு பதிவு செய்யப்பட்டுள்ளது.

ஆசிரியர் தன் தந்தையாலும், தந்தை தன் மனைவி குழந்தை களாலும் பெறும் பண்படுதல் கொடுத்தும் வாங்கியும் குடும்பங் களில் நிகழ்வது. இது தலைமுறைகள் கடக்கையில் நிகழ்த்தும் ஒரு பாய்ச்சலான மாற்றம் ஒரு சமூகத்தில் ஐம்பது வருடங்கள் கழித்துப் பார்க்கும்போது காத்திரமான, மேலான ஒரு சமூகப் பரிணாமத்துக்கு வழி வகுக்கிறது.

தந்தையைப் பற்றி எனும்போது அவர் அன்னையின் ஆளுமையும் துலங்கி வருகிறது. மற்ற உறவுகள், நண்பர்கள் அவ்வளவாகத் துலக்கம் பெறவில்லை. ஒருவேளை ஆசிரியர் அதை உத்தேசிக்காமல் இருந்திருக்கலாம். அந்தக் காலகட்டம், (80– 90கள்) தெருக்கள், நண்பர்கள், புழங்கும் தளம் குறித்தும் ஆசிரியர் கொஞ்சம் விரித்திருந்தால் இன்னும் ஒரு முழுமை கிட்டியிருக்கும் என்று தோன்றுகிறது.

ஆனால் தன் தந்தையைக் குறித்த நினைவுகள் என்ற அளவில் இது ஒரு முழுமையான சித்திரத்தை அளிக்கக்கூடிய ஒன்றே. அந்த அளவில் அவருக்குச் செலுத்தப்பட்ட மிகச்சிறந்த அஞ்சலி இக்கட்டுரைத் தொகுப்பு. கூடவே அக்காலகட்டத்தின் குடும்பச் சூழ்நிலையின் சித்திரமும் அதன்மீதான பெண்பார்வையும் இந்நூலில் வெளிப்படுகிறது.

அழகுநிலாவுக்கு வாழ்த்துகள் !

அருண்மொழிநங்கை
நாகர்கோயில்
28 பிப்ரவரி 2023.

என்னப்பன் ஆடிய கூத்தின் சில அசைவுகள்

"இதையெல்லாம் நான் ஏன் எழுத வேண்டும்? அப்பாவைப் பற்றியும், பாட்டனாரைப் பற்றியும், ஊரைப் பற்றியும், அண்டிப் பிழைப்பவரைப் பற்றியும் எழுதுவதால் என்னைப் பற்றி என்ன தெரிந்துகொள்ள முடியும்? ஆனால் நான் எழுதுவது எல்லாமே என்னைப் பற்றித் தெரிந்துகொள்ளத்தானே?"

நகுலன் ('நினைவுப்பாதை')

எதுவும் எழுத மனது ஒத்துழைக்காமல் வாசிப்பை மட்டுமே இறுகப் பற்றிக்கொண்டு கடத்திய கொரோனா நாட்களில் அகம் கொந்தளித்துக்கொண்டே இருந்தது. மறந்துவிட்டதாக நான் எண்ணிக்கொண்டிருந்த மனிதர்கள் தினசரி எனது நினைவிலும் கனவிலும் மிகத் துல்லியமாக எழுந்துவரத் தொடங்கினார்கள். குறிப்பாக இறந்த நாளிலிருந்து ஒருமுறைகூட என் கனவில் எழுந்தருளாத அப்பா எனக்குக் காட்சி தந்தது ஆச்சர்யமளித்தது. இறந்துபோய் பன்னிரண்டு வருடங்களுக்குப் பிறகு அப்பாவை ஒவ்வொரு நாளும் கண்டபோது இயேசுவைப் போல மீண்டும் உயிர்த்தெழுந்து வந்துவிட்டாரோ என்று எண்ணி என் சிந்தை குழம்பித் தவித்தது.

இப்படியான குழப்பமான மனநிலையில் நான் இருந்தபோதுதான் எழுத்தாளர் ஜெயமோகன் இணையதளத்தில் வெளிவந்த 'தனிமைநாட்கள், தன்னெறிநாட்கள்' என்ற கட்டுரையை வாசித்தேன். "கதையில் இல்லாத நினைவுகளும் தொடர்ச்சிகளும்

பேச்சில் உருவாகி வருகின்றன. என் அப்பா இந்த நாட்களில் அப்படி ஓர் ஒளிமிக்க வடிவாக என் குழந்தைகள் முன் என் பேச்சுவழியாகத் துலங்கி வருகிறார்” என்று அவர் எழுதி இருந்ததைப் படித்தவுடன் குழப்பம் முற்றிலுமாக விலகி எனது கனவு வழியாக ஒளிமிக்க வடிவாகத் துலங்கி வந்த அப்பாவைக் கண்டுகொண்டேன். அவரைப் பற்றிய நினைவுகள் ஒருபுறமும் அவர் இல்லாத வெறுமை மறுபுறமும் என்னை அழுத்த நினைவுகளை எழுதித்தான் வெறுமையைக் கடக்க முடியுமென்ற முடிவோடு இரண்டு கட்டுரைகளை எழுதி முடித்தேன்.

எழுதியதை யாருக்காவது வாசிக்க அனுப்பி அவர்களது கருத்தைக் கேட்க வேண்டுமென்று எழுத்தாளர்களுக்கு இயல்பாக எழுந்து வரும் எண்ணம் எனக்குள்ளும் திரண்டுவரவே எழுதிய இரண்டு கட்டுரைகளையும் எழுத்தாளர் பாவண்ணன் அவர்களுக்கு அனுப்பினேன். “இக்கட்டுரைகளையே நல்ல தொடக்கமாகக் கொண்டு நீங்கள் அடுத்தடுத்து உங்கள் நினைவுகளைப் பதிவுசெய்து நிறைவு செய்யவேண்டும். இது ஒரு முக்கியமான பதிவாக இருக்குமென்று என் ஆழ்மனம் கருதுகிறது” என்று அவர் அனுப்பியிருந்த பதிலை நான் வாசித்தபோது அப்பா என் எதிரில் நின்று புன்னகைத்துக்கொண்டிருந்தார்.

நினைவுக்குறிப்புகள் அடங்கிய தொகுப்புகளை வாசித்திருந் தாலும் அந்த வகைமை எனக்குப் பிடித்திருந்தாலும் எனது சொந்த வாழ்வனுபவங்களை நூலாக்கலாமா என்ற ஐயப்பாடு எனக்குள் நீடித்தபோது அதைத் தீர்த்து வைத்தவர் எழுத்தாளர் அகரமுதல்வன். நினைவுக்குறிப்புகளுக்கு இலக்கியத்தில் எப்போதும் குறிப்பிட்ட இடமும் முக்கியத்துவமும் உண்டு என்ற அவரது சொல்தான் அப்பனைப் புத்தகமாகக் கொண்டு வரலாமென்ற முடிவை நான் எடுத்ததற்கான காரணம். முடிவெடுத்தது 2021 ஆம் ஆண்டின் இறுதியில். ஆனால் நான் நினைத்தது போலவோ திட்டமிட்டது போலவோ எதுவுமே நடக்கவில்லை. 2022 ஆம் ஆண்டின் தொடக்கத்தில் திட்டமிடாத திடீர்ப் புத்தகங்கள் மூன்று (அச்சுநூல் ஒன்றும் மின்னூல்கள் இரண்டும்) வெளியானதும் அச்சு நூலுக்குச் சிங்கப்பூர் இலக்கியப் பரிசு கிடைத்ததும் முற்றிலும் எதிர்பார்க்காத ஒன்று. பிறகு சிறுவர்களுக்கான குறுநாவல் ஒன்றை எழுதும் வேலையில் மும்முரமாகிவிட அப்பா கனவில் வருவதை நிறுத்திக்கொண்டார்.

மறந்து போன அப்பனை நினைவூட்ட 2022 ஆம் ஆண்டு செப்டம்பரில் என் கைக்கு வந்து சேர்ந்தது அந்த நூல். எழுத்தாளர் அருண்மொழி நங்கை அவர்கள் எழுதிய 'பனி உருகுவதில்லை' நூலை வாசித்து முடித்தபோது எனது ஊரைப் பற்றியும் பள்ளியைப் பற்றியும் அவர் எழுதி இருந்த நினைவுக்குறிப்புகள் மனதுக்கு அத்தனை நெருக்கமாகவும் நெகிழ்வாகவும் இருந்தன. "எப்படி எழுதி இருக்காங்க பாரு. நீயும்தான் இருக்கியே, என்னைப் பத்தி எழுதப்போறேன்னு நெனைச்சு நான்தான் ஏமாந்துட்டேன்" என்று அப்பா மீண்டும் கனவில் வந்து புலம்புவதற்கும் சிங்கப்பூர் தேசியக் கலைகள் மன்றம் சங்கம் இல்லம் உறைவிடத் திட்டத்திற்கான (NAC - Sangam House Residency 2022-2023) அறிவிப்பு வரவும் சரியாக இருந்தது.

என்னப்பனைக் குறித்து எழுதுகிறேன் என்ற முன்மொழிவை அவர்களிடம் சமர்ப்பிக்க அவர்களும் ஒத்துக்கொண்டு என்னைத் தேர்ந்தெடுத்து மூன்று வாரங்கள் பெங்களூர் அனுப்பியதை அப்பாவின் ஆசிர்வாதம் என்றுதான் சொல்ல வேண்டும். என்னைப் போன்ற எழுத்துச் சோம்பேறிக்கு இது போன்ற உறைவிடத் திட்டம் எத்தனை பெரிய வரப்பிரசாதமென்பதை அங்கு சென்ற பிறகுதான் தெரிந்து கொண்டேன். பெங்களூர் மழையும் குளிரும் என்னைத் தழுவிக்கொள்ள 'அப்பன்' நூலின் ஐம்பது சதவீதத்தை வெற்றிகரமாக எழுதி முடித்தேன். நவம்பரில் உறைவிடத் திட்டம் முடித்துச் சிங்கப்பூர் திரும்பி இரண்டு மாதங்களில் மீதி ஐம்பது சதவீதத்தை நிறைவு செய்தேன்.

பொதுவாக நினைவுக்குறிப்புகளைக் காலவரிசைப்படி அடுக்குவதுதான் வழமையென்றாலும் கூட அப்பாவைக் குறித்த நினைவுகளும் நிகழ்வுகளும் என்னுள் மேலெழும்பி வந்த அதே வரிசையில் தொகுப்பதுதான் சிறப்பாக இருக்குமெனத் தோன்றியது. "மனித மனதுடைய கடிகாரமும் காலண்டரும் தனி" என்று எழுத்தாளர் அசோகமித்திரன் சொல்வதுபோல எனது மனம் காட்டிய காலவரிசைப்படிக் கட்டுரைகளைத் தொகுத்திருக்கிறேன்.

எனக்குள் பஞ்சாய் வெடித்த ஆண்மையின் அடிவேராயிருந்த அப்பாவும் அப்பாவிற்குள் அழகாய் மலந்த பெண்மையின் நுனிக்கிளையாயிருந்த நானும் சந்தித்துக்கொண்ட தருணங்

களை உங்கள் முன் வைக்கிறேன். என்னப்பன் ஆடிய கூத்தின் சில அசைவுகளைக் கொண்டுள்ள இந்த நூல் மாதொருபாகன்களுக்குத் தனது பாதியில் கரந்திருக்கும் மகளையும் சிவனொருபாகிகளுக்குத் தனது பாதியில் கரந்திருக்கும் அப்பனையும் நினைவூட்டக் கூடுமென நம்புகிறேன்.

நினைவிலிருந்து மீட்டெடுத்துச் சில தகவல்களைச் சொல்லி உதவிய அம்மாவிற்கும் முதுகெலும்பாய் இருந்து என்னைத் தொடந்து செயல்படவைக்கும் கணவர், குழந்தைகளுக்கும் பேரன்பும் பெரும் நன்றியும். சிங்கப்பூர் தேசியக் கலைகள் மன்றத்திற்கும் சங்கம் ஹவுஸின் நிறுவனர்களுக்கும் (DW Gibson & Arshia Sattar) மனம் நிறைந்த நன்றி. சங்கம் ஹவுஸில் என்னுடன் தங்கியிருந்த எழுத்தாள நண்பர்கள் Nandini Oza, Sohini Basak, Chandni Doulatramani, Meher Varma மேலாளர் Rohan Agarwal ஆகியோருக்கு எனது கனிவான நன்றிகள்.

இந்நூலுக்கு அருமையான முன்னுரை வழங்கி உள்ள எழுத்தாளர்கள் பாவண்ணன், அருண்மொழிநங்கை இருவருக்கும் மனமார்ந்த நன்றி. எழுத்தாளர் அகரமுதல்வனுக்கு சிறப்பு நன்றி. பிழை திருத்தங்கள் செய்து உதவிய கவிஞர் சரவணப் பெருமாளுக்கு நன்றி. இந்நூலை வெளியிட்டு சிறப்புச் செய்யும் 'நூல்வனம்' பதிப்பகத்திற்கும் நண்பர் மணிகண்டனுக்கும் என் நெஞ்சார்ந்த நன்றி.

அழகுநிலா
பிப்ரவரி 1, 2023
சிங்கப்பூர்

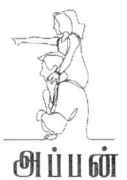
அப்பன்

குருதி குடித்த குலசாமி

அன்று மாலை நான் பள்ளியிலிருந்து வீடு திரும்பியவுடன் அடுப்பங்கரைக்குள் சென்று கொறிக்க ஏதாவது இருக்கிறதா என பாத்திரங்களை உருட்டத்தொடங்கினேன். “ஒனக்கு எத்தனை தடவை சொல்லியிருக்கேன். ஸ்கூல் விட்டு வந்தா கை, கால் கழுவிட்டு உள்ளே வான்னு” என அம்மா அவரது வழக்கமான பல்லவியைப் பாட ஆரம்பித்தார். எரிச்சலுடன் முணுமுணுத்துக்கொண்டே கொல்லைப்புறம் சென்று கை, கால்களுக்குத் தண்ணீர் காட்டிவிட்டு நிமிர்ந்தபோதுதான் அதைக் கவனித்தேன். கிணற்றுக்கு அருகில் தட்டுக்கூடை ஒன்று கவிழ்த்து வைக்கப்பட்டிருந்தது.

கூடையின் வரிவரியான இடைவெளியில் தெரிந்த அசைவுகள் எனக்குள் குதூகல அலைகளை உண்டாக்கின. புலவன்காட்டிலிருந்து (அம்மாவின் ஊர். பட்டுக்கோட்டையிலிருந்து தஞ்சாவூர் செல்லும் வழியிலுள்ள கிராமம்) அம்மாச்சி கொடுத்தனுப்பும் நாட்டுக்கோழியின் கால்களைக் கட்டிக் கூடைக்குள் கவிழ்த்து வைப்பது எங்கள் வீட்டில் அடிக்கடி நடக்கும் நிகழ்வு. கவிழ்த்த கூடை நாளையோ அல்லது நாளை மறுநாளோ சட்டியில் கொதிக்கப்போகும் கோழிக்குழம்பின் குறியீடு என்பதுதான் எனது குஷிக்குக் காரணமாகும்.

“ஊர்லேந்து யாரும்மா கோழி கொண்டு வந்தாங்க?” என்று நான் உற்சாகமாய்க் கேட்க “அது கோழி இல்லை. புறா”என்று

உள்ளிருந்து வந்த பதில் ஆச்சர்யத்தோடு சேர்த்து என் தங்கையையும் என்னுள் கொண்டு வந்தது. அவளுக்கு வளர்ப்புப் பிராணிகள் என்றால் கொள்ளை ஆசை. நாய், பூனை என அவள் முன்வைத்த கோரிக்கைகளுக்கு அப்பாவிடம் அனுமதி கிடைக்கவில்லை. அவருக்கு வளர்ப்புப் பிராணிகள் என்றால் ஓர் ஒவ்வாமை உண்டு. எனக்கோ ஒவ்வாமையோடு சேர்ந்து பயமும் உண்டு. பட்டுக்கோட்டை அரசு பெண்கள் மேல்நிலைப் பள்ளியில் தமிழாசிரியையாகப் பணிபுரிந்த அம்மாவோ உட்கார நேரமில்லாதத் தனது பணிச்சுமைகளுக்கு மத்தியில் இதற்கெல்லாம் ஏது நேரமென்ற எண்ணமுடையவர்.

ஒருமுறை அம்மாச்சி கொடுத்துவிட்டிருந்த போந்தாக் கோழி ஒன்றை அழுது அடம்பிடித்து மீனா எனப் பெயர் சூட்டித் தங்கை வளர்த்தாள். பருத்த உடலோடு குண்டியை மெல்ல அசைத்தவாறு அவள் கூப்பிட்ட குரலுக்கு ஓடி வந்து இரை தின்று கொண்டிருந்த மீனா ஒருநாள் காட்டுப்பூனையால் வன்கொலை செய்யப்பட்டது. தேம்பித் தேம்பி அழுதுகொண்டேகோழிக் கொடப்பிற்குள் சிதறிக் கிடந்த மீனாவின் இறகுகளைப் பொறுக்கி எடுத்துச் சென்று புதைத்துவிட்டுப் புதைமேட்டில் கனகாம்பரப் பூக்களைத் தூவிக்கொண்டிருந்த தங்கையைப் பார்த்தபோது எனக்கு எரிச்சல் மண்டியது. 'நல்லா கொழுக்கு மொழுக்குன்னு இருந்துச்சு. கொழம்பாவது வச்சுச் சாப்பிட்டிருக்கலாம். காட்டுப்பூனைக்குக்கொடுத்துட்டு அழுவுறதைப் பாரு' என்று நான் மனதுக்குள் பொங்கியதை வெளியே சொல்லியிருந்தால் "அப்பனுக்குப் பொண்ணு தப்பாமப் பொறந்திருக்கு" என்ற வசை அம்மாவிடமிருந்து வந்திருக்கும்.

தங்கையின் ஆசையைத் தீர்க்கத்தான் புறா வந்திருக்கிறதோ என்ற சந்தேகத்தோடு "யாருக்கும்மா புறா?" என்று கேட்டவுடன் "ஒங்கப்பாவுக்கு" என்ற பதில் எனக்குக் குழப்பமளித்தது. நான் அடுத்த கேள்வியைக் கேட்பதற்குள் அம்மா தனது பள்ளி அருகிலிருக்கும் டேஸ்ட் பேக்கரியிலிருந்து வாங்கி வந்திருந்த பட்டர் பன்னை என்னிடம் தந்துவிட்டு "ஒங்கப்பா மூட்டுக்கு மூட்டு வலிக்குதுன்னு பொலம்பிகிட்டுக் கெடாந்தாருல்ல. அதுக்கு ஒரு நாட்டுவைத்தியரு புறாப் பத்தியம் சொன்னாராம். நேத்து செண்டங்காட்டுக்குப் (அப்பாவின் ஊர். பட்டுக்கோட்டையிலிருந்து மன்னார்குடி

செல்லும் வழியிலுள்ள கிராமம்) போனப்ப ஓங்க அத்தைகிட்டச் சொல்லிட்டு வந்திருக்காரு. அத்தை காலையிலேயே வாங்கிட்டு வந்து கவுத்திருச்சு" என்று சொல்லி முடித்தார்.

"அப்பா புறாக் கறி சாப்டப்போறாங்களா? நீங்க சாப்ட்டிருக்கீங் களாம்மா? எப்படிம்மா இருக்கும்? டேஸ்ட்டா இருக்குமா?" என்று முகம் மலர நான் கேட்டவுடன் "வாயை மூடு. புறாவைச் சாப்பிட எப்படி மனசு வரும். ஓங்கப்பனுக்கும் ஒனக்கும் ராட்சசக் கொணம்" என்று கடுப்படித்தார் அம்மா. "பாவம்மா அப்பா. வலிக்குத்தானே சாப்டுறாங்க" என்று நான் இழுத்தவுடன் "ஆமாம். ரொம்பப் பாவம்தான். என்ன பெரிய வலி? எனக்கில்லாத வலியா? ஓங்கப்பாவுக்கு ஒடம்புல ஒரு வியாதியுமே கெடையாது. அவரா ஏதாவது கற்பனை பண்ணிக்குவாரு. அப்புறம் நாட்டு வைத்தியன் சொன்னான், சித்த வைத்தியன் சொன்னான்னு எதையாவது செஞ்சு என் உசுரை எடுப்பாரு. இப்பக் கூட எங்க போயிருக்காரு தெரியுமா? பிராந்தி வாங்கப் போயிருக்காரு. புறா ரத்தத்தைப் பிராந்தில கலந்து குடிக்கச் சொன்னானாம் அந்தக் கூறு கெட்ட வைத்தியன்" என்று கோபமாகச் சொல்லிவிட்டு நகர்ந்தார் அம்மா.

அப்பா புறா சாப்பிடுவதல்ல அம்மாவின் பிரச்சனை, பிராந்தி தான் பிரச்சனையே என்று தெரிந்தவுடன் எனக்குச் சிரிப்பு வந்தது. கூடையின் இடைவெளி வழியாக உள்ளே பார்த்தேன். ஆங்காங்கே கறுப்பு, வெள்ளை நிறத் தீற்றல்களுடைய சாம்பல் நிற உடலும்,கோலிக்குண்டுபோலிருந்த மஞ்சள் நிறக் கண்களும் கொண்டிருந்த அந்தப் புறா சிறகுகள் மெல்ல உலையக் குனுகிக் கொண்டிருந்தது. சற்று நேரத்தில் பள்ளி விட்டு வந்த தங்கை விஷயத்தை அறிந்தவுடன் யாரிடமும் எதுவும் பேசாமல் பட்டர் பன்னைச் சாப்பிட்டுவிட்டு வீட்டுப்பாடம் செய்யப் பள்ளிப்பையைத் தூக்கிக்கொண்டு எதிர்ப்புறமிருந்த விக்ரம் வீட்டிற்குச் சென்றுவிட்டாள். அவள் போவதைப் பார்த்த அம்மா "பத்து வயசுப் புள்ளைக்கு இருக்க எரக்க கொணம் ஐம்பது வயசாகியும் நான் கட்டிக்கிட்டதுக்கு இல்லையே" என்று புலம்பியபோது அம்மாவும் தங்கையும் சற்று அதிகப்படியாக நடந்துகொள்வதுபோல எனக்குத் தோன்றியது.

பிராந்தி வாங்கிக்கொண்டு வீடு திரும்பிய அப்பாவிடம் தங்கை கோபித்துக்கொண்டு சென்றுவிட்டதையும் அம்மா

திட்டிக்கொண்டிருப்பதையும் சொன்னவுடன் "அழகப்பா! எங்கம்மாவுக்கும் (அப்பாயியின் நினைவு நாளில் தங்கை பிறந்ததால் அப்பா சில சமயங்களில் அவளை அம்மா எனக் குறிப்பிடுவது வழக்கம்) ஒங்கம்மாவுக்கும் எளகிய மனசுடா. அவங்க கோவமெல்லாம் நாளைக்குக் காலையில வரைக்கும்தான்" என்று சாதாரணமாகச் சொல்லிவிட்டுக் குளிக்கச் சென்றார். பத்தாம் வகுப்புப் புவியியல் புத்தகத்தை எடுத்துக்கொண்டு நான் படிப்பதற்காக மொட்டை மாடிக்குச் சென்றேன்.

ஒருமணி நேரத்திற்குப் பிறகு கொல்லைப்புறத்திலிருந்து மேலெழும்பி வந்த ஓசைகள் எனது கவனத்தைப் புவியியலிலிருந்து புறாவிற்குத் திசை திருப்பின. வேகமாக எழுந்து சென்று கீழே பார்த்தேன். அத்தை கூடையைத் தூக்கிப் புறாவைப் பிடித்துக் கொண்டிருந்தார். விரைந்து ஓடிப் புத்தகத்தை எடுத்து மார்போடு அணைத்துக்கொண்டு தடதடவெனப் படிகளில் இறங்கிக் கொல்லைப்புறத்திற்கு ஓடினேன். அத்தையின் கையில் தலைகீழாகத் தொங்கிக்கொண்டிருந்த புறா பறப்பதற்கு வெளி கிடைத்துவிட்டதென்ற தவறான புரிதலில் சிறகுகளை அடிப்பதும், களைப்பதும், தோல்வியை ஒத்துக்கொள்ள முடியாமல் மீண்டும் சிறகடிப்பதுமாக இருந்தது. அரிவாள்மணை, வெந்நீர், தட்டுக்கூடை, மஞ்சள் தூள் என அனைத்துப் பொருட்களும் தயாராக இருந்தன. என்னைப் பார்த்தவுடன் அத்தை "நல்லாருக்கியா ஆயி?" என்று வாஞ்சையுடன் கேட்க நான் புன்னகையுடன் தலையசைத்தேன். கொல்லைப்புறத்திலிருந்து வீட்டிற்குள் பார்த்தேன். அப்பா திண்ணையில் ஈஸிசேரில் அமர்ந்து செய்தித்தாள் வாசித்துக் கொண்டிருந்தார். அம்மாவைக் காணவில்லை. அவரும் விக்ரம் வீட்டிற்குத்தான் போயிருப்பாரென மனம் சொன்னது.

கண் மூடிக் கண் திறப்பதற்குள் தலை அறுக்கப்பட்ட புறாவின் உடலிலிருந்து வடிந்த ரத்தத்தை அத்தை எவர்சில்வர் டம்ளரில் பிடித்தார். அந்த மரணத்திற்குச் சாட்சியாகக் குளியல் அறையின் தகரக் கதவின் மீது காகம் ஒன்று மௌனமாக அமர்ந்திருந்தது. கூடைக்குள் வீசப்பட்ட புறாவின் தலை கண்கள் மூடிப் புத்தனைப்போல் ஊழ்கத்திலிருந்தது. "இதைக் கொண்டு போயி அப்பாட்டக் கொடு ஆயி" என்று ரத்த டம்ளரைக் கொடுத்த அத்தை "சூடு எறங்குறதுக்குள்ள குடிக்கச்

சொல்லு” என்று சொல்லிவிட்டு வெந்நீருக்குள் முக்கி எடுத்த உடலிலிருந்த இறகுகளைப் பரபரவெனப் பிய்த்துக் கூடைக்குள் போட ஆரம்பித்தார். டம்ளரை வாங்கியவுடன் கை உணர்ந்த வெம்மை ஏனோ அந்த மஞ்சள் நிறக் கோலிக்குண்டுக் கண்களை நினைவுபடுத்தியது. ஈஸிசேருக்கு அருகில் தயாராக இருந்த பிராந்திப் பாட்டிலுக்கு அருகில் டம்ளரை வைத்துவிட்டு அத்தை சொன்னதை அப்படியே அப்பாவிடம் சொன்னேன். அவர் குடிக்கப்போவதை வேடிக்கை பார்க்கும் அதீத ஆசையோடு நின்றுகொண்டிருந்த என்னைக் கொல்லைப்புறத்திலிருந்து அத்தை அழைத்ததைச் சுட்டிக்காட்டி விரட்டினார் அப்பா.

விருப்பமே இல்லாமல் நான் திரும்பியபோது இறகுகளைப் புதைக்கக் கொல்லைப்புற மூலையிலிருந்த தென்னை மரத்திற்கடியில் குழி தோண்டிக்கொண்டிருந்த அத்தை “ஆயி! செத்த அந்த கேஸ் அடுப்பைப் பத்த வையி” என்றார். ரத்த வாடையை மோப்பம் பிடித்து வீட்டின் பின்புறமுள்ள வேளாளர் காலனியிலிருந்து வந்திருந்த கறுப்புப் பூனை ‘சீக்கிரம் ஆகட்டும், எவ்வளவு நேரம்தான் காத்திருக்கிறது?’ என்ற பாவனையில் காம்பவுண்ட் சுவரில் உட்கார்ந்திருந்தது. மிதமான தீயில் புறாவின் உடலைத் திருப்பித் திருப்பிக் காட்டியபோது பொசுங்கிய முடியின் நாற்றம் குழைத்த மஞ்சள்தூளை அத்தை பூசியவுடன் முற்றிலுமாய் மறைந்து கொண்டாட்டம் ஒன்று தொடங்குவதற்கான அறிகுறியாக மணம் வீசத்தொடங்கியது. அதன்பின் வேலைகள் வேகமாக நடந்தேறின. அத்தை கேட்காவிட்டாலும் நானே வலிந்து சென்று அவருக்கு எடுபிடி வேலைகள் செய்து கொடுத்தேன். நல்லவேளையாக அம்மா இல்லை. இருந்திருந்தால் எப்போதோ என்னையும் புவியியலையும் மொட்டைமாடிக்கு விரட்டி இருப்பார்.

மாமிசக் கழிவுகளை எறியக் கொல்லைப்புறத்திற்குச் சென்றபோது குளிர்ந்தகாற்றோடு மழை லேசாகத் தூறத் தொடங்கி இருந்தது. வீட்டிலிருந்து குறுக்காகப் போனால் பதினைந்து நிமிட நடை தூரத்திலிருக்கும் முருகையா திரையரங்கில் ‘வருஷம்16’ படத்தின் மாலைக்காட்சி தொடங்கி இருந்தது. ‘பழமுதிர்ச்சோலை எனக்காகத்தான் படைத்தவன் படைத்தான் அதற்காகத்தான்’ என்று பாடியவாறு யேசுதாஸ் மழைக்காற்றில் மிதந்து வந்துகொண்டிருந்தார். இறகுகள்

புதைக்கப்பட்ட இடத்தை முகர்ந்து பார்த்தவாறு நின்றிருந்த கறுப்புப் பூனை நான் வீசி எறிந்த கழிவுகளைத் தின்னத் தொடங்கியது. சில நிமிடங்களில் தூக்கலான மசாலா கலந்து வேகவைக்கப்பட்ட கறியின் வாசனை வீடு முழுவதும் பரவி உமிழ்நீர்ச் சுரப்பை அதிகரித்தது. அந்த மணம் எனது அகத்தில் மஞ்சள் நிறத்தை மீண்டும் மீண்டும் கொண்டு வந்தது.

அடுப்படிக்கும் பூசை அறைக்குமாக நடந்துகொண்டிருந்த அத்தையைக் கவனித்த நான் என்ன நடக்கிறது என்று தெரிந்துகொள்ளும் முனைப்போடு பூசை அறைக்குள் நுழைந்தேன். விளக்கு ஏற்றப்பட்டுச் சாமி முன் வைக்கப்பட்டிருந்த சிறு செம்மண் நிறச் சட்டியில் கை அளவே இருந்த கறிப் பிரட்டல் நல்லெண்ணெயில் தகதகவென மின்னியது. "எதுக்குத்தை இதெல்லாம்?" என்று நான் கேட்டவுடன் "வைத்தியன் ஆயிரம் பத்தியம் சொல்லுவான் ஆயி. ஆனா மேல இருக்கிற வைத்தியன் மனசு வச்சாத்தான் எந்தப் பத்தியமும் பலிக்கும். போயி அப்பாவைக் கூட்டிட்டு வா" என்றார் அத்தை. வெள்ளை வேட்டி கட்டி வெற்றுடம்புடன் இருந்த அப்பா இடுப்பில் துண்டைக் கட்டிக்கொண்டு சாமிமுன் நெடுஞ் சாண்கிடையாக விழுந்து கும்பிட்டார். பிறகு திருநீற்றை எடுத்துத் தனது நெற்றியில் பட்டை போட்டுக்கொண்டவர் எனக்கும் பூசிவிட்டார். அப்போதுதான் அப்பாவின் கண்களைப் பார்த்தேன். குடித்த குருதியின் நிறம் மெல்லக் கண்களில் ஏறிக்கொண்டிருந்தது.

அத்தை படையல் உணவை வழக்கமாக நாங்கள் அடுப்படியில் அமர்ந்து சாப்பிடுமிடத்திற்கு மாற்றினார். இப்போது மழை வேகமாகப் பெய்துகொண்டிருந்தது. "மழை பெய்றதைப் பார்த்தா கரண்ட்டை கட் பண்ணாலும் பண்ணுவானுங்க போலயே" என்று அப்பா புலம்பினார். தமிழ்நாடு மின்சார வாரியத்தில் பணிபுரிந்த அப்பாவுக்கு மழைக்கும் மின்சாரத்துக்குமிடையே நிலவும் ஊடல் நன்றாகவே தெரியும். சில நொடிகளில் அப்பா சொன்னது போலவே வீடு இருளில் மூழ்கியது. அத்தை ஏற்றிவைத்த ஒற்றை மெழுகுவர்த்தியின் சுடர் மழைக்காற்றில் அலைய, எங்களது கோணல் மாணலான நிழல்கள் சுவரில் நடனமாடிக்கொண்டிருந்தன. அடர்த்தியான மழையின் இரைச்சல் பின்னணியில் ஒலித்த கறுப்புப் பூனையின் மியாவ் சத்தம் அந்த இரவிற்கு மாயத்தன்மையைக் கூட்டிக்கொண்டிருந்தது.

சிவந்த கண்களோடும் முறுக்கு மீசையோடுமிருந்த அப்பா சப்பணமிட்டு அமர்ந்து மீதமிருந்த பிராந்தியை டம்ளரில் ஊற்றினார். பிராந்தியின் நிறத்தைப் பார்த்தபோது அது பிராந்தியா அல்லது குருதியா என்ற சந்தேகம் எனக்கு வந்தது. முதல் மடக்கை விழுங்கிய அப்பா வறுத்த கறியைச் சிறிதளவு வாயில் போட்டுக்கொண்டு என்னைப் பார்த்து "எடுத்துக்கோடா அழகப்பா" என்றபோது அவரது முகத்தில் வழிந்த அந்தப் போதைச் சிரிப்பு மிகவும் வசீகரமாக இருந்தது. "ஐய! பஞ்சப்பா! புள்ளைக்கெல்லாம் கொடுக்காதே! மொத்தக் கறியையும் நீ ஒரு ஆளாச் சாப்பிடணும். அப்பதான் பத்தியம் பலிக்கும்" என்று அத்தை சொன்னவுடன் ஊறிக்கொண்டிருந்த உமிழ்நீரோடு சேர்ந்து என் ஆசையும் வற்றிப்போனது. அப்பாவிற்கு நேர் எதிரில் அமர்ந்திருந்த நானும் அத்தையும் மௌனமாக அப்பாவைப் பார்த்துக்கொண்டிருந்தோம். மெல்ல, மெல்ல அவரது முகம் எங்கோ, எப்போதோ நான் பார்த்த வேறொருவரின் முகமாய் மாறிக்கொண்டிருந்தது.

யாருடைய முகமது என மனதுக்குள் துழாவிக்கொண்டிருந்தபோது "ஆயி! அப்பாவைப் பார்க்கிறப்ப நம்ம வீரன் மாதிரி இல்ல?" என்று அத்தை என் காதில் முணுமுணுத்தது. "அது யாருத்தை?" என்று நான் குழப்பத்துடன் கேட்க "என்னாயி இப்படிக் கேட்டுட்டே. நம்ம கொலசாமி வீரனாரு" என்றவுடன் அட! ஆமாம்! நான் துழாவியதும் அதே முகத்தைத்தானென உணர்ந்த தருணத்தில் அப்பா வீரனாராக மாறி அங்கு அமர்ந்திருந்தார். கையில் அரிவாள் மட்டும்தான் இல்லை. அதுவரை சிலையாய் மட்டுமே பார்த்திருந்த வீரனாரை உயிரோடு பார்த்தவுடன் ஓடிப்போய் அம்மாவை அழைத்து வரலாமா என யோசித்தேன். அம்மாவைப் பார்த்தால் வீரனார் அப்பாவாக மாறிவிட வாய்ப்புண்டு என்பதால் அந்த எண்ணத்தைக் கைவிட்டேன். பிராந்தியும் கறியும் குறையக் குறைய துடியும் உக்கிரமும் கூடி அவ்வப்போது என்னைப் பார்த்து புன்னகைத்துக் கொண்டிருந்த வீரனாரை அத்தையின் மடியில் தலைவைத்துப் படுத்து வைத்த கண் வாங்காமல் பார்த்து ரசித்துக்கொண்டிருந்தேன். வீசிய குளிர் காற்றின் சுகத்தில் எப்போது கண் அயர்ந்தேனெனத் தெரியவில்லை.

விழிப்பு வந்தபோது நடுக்கூடத்தில் படுத்திருந்தேன். அருகில் உறங்கிக்கொண்டிருந்த அப்பா காரசாரமாகக்

குறட்டை விட்டுக்கொண்டிருந்தார். பொழுது நன்றாக விடிந்திருந்தது. கண்களைக் கசக்கிக்கொண்டே மெல்ல எழுந்து கொல்லைப்புறத்திற்குச் சென்றேன். அத்தை பாத்திரங்களை விலக்கிக்கொண்டிருந்தார். இறகுகளைப் புதைத்த மேட்டின் மீது வீட்டில் பூத்திருந்த ரத்தச்சிவப்புச் செம்பருத்திப்பூவை வைத்துக்கொண்டிருந்தாள் தங்கை. குளித்துவிட்டுத் துணிகளைக் காயப்போட்டுக் கொண்டிருந்த அம்மா என்னையும் கிணற்றடியையும் மாறிமாறிப் பார்த்து முறைத்தார். 'என்னை ஏன் மொறைக்கிறாங்க? நானா பிராந்தி குடிச்சேன்? ஒரு துண்டு கறிகூட எனக்குச் சாப்பிடக் கெடைக்கலை" என்று மனதுக்குள் முனகியவாறு கிணற்றடியைப் பார்த்தேன். புவியியல் புத்தகம் மழையில் நனைந்து ஊறிப்போய் கிடந்தது. அப்பா எழுந்து வரும்வரை எனக்குப் பாதுகாப்பு இல்லை என்பதால் கழிவறைக்குச் சென்றுவிட்டு தூக்கம் வராவிட்டாலும் மீண்டும் சென்று அப்பா அருகில் படுத்துக்கொண்டேன்.

தங்கையின் பாழாய்ப்போன கருணையும் அம்மாவின் கட்டுக் கடங்காத கோபமும் அந்த மாயஇரவில் ஒற்றை மெழுகுவர்த்தி வெளிச்சத்தில் தோன்றிய முறுக்கு மீசை வீரனாரை என்வாழ்வில் அதற்குப்பிறகு சந்திக்கவே விடாமல் செய்துவிட்டன. அப்பா மறைந்து ஒரு வருடம் கழித்து என் பிள்ளைக்கும் தங்கை பிள்ளைக்கும் மொட்டைபோட குலதெய்வம் கோயிலுக்குச் சென்றிருந்தோம். ஐந்து கெடாக்களின் ரத்தம் தோய்ந்த அரிவாளை வலதுகையில் ஏந்தி முரட்டு மீசையோடு கம்பீரமாக நின்றிருந்த சிலைக்குக் கறியும் சாராயமும் படைத்து வணங்கியபோதுதான் கவனித்தேன். வீரனாரின் முகம் இருபது வருடங்களுக்குமுன் அந்த மழை இரவில் நான் பார்த்த அப்பாவின் முகமாக மாறி இருந்தது.

வாஞ்சையோடு என்னைப் பார்த்த அப்பா "நல்லாயிருடா அழகப்பா" என்று சொன்னபோது என்னையும் அறியாமல் கண்களில் கண்ணீர் துளிர்த்தது. புடவை முந்தானையால் கண்களை ஒத்திக்கொண்டு நிமிர்ந்தபோது சற்றுதள்ளி நின்ற அத்தையும் கண்களைத் துடைத்துக்கொண்டிருந்தார். இருவரும் ஒருவரை ஒருவர் பார்த்துப் புன்னகைத்துக்கொண்டோம். அப்புன்னகையில் காலங்காலமாய்க் குலசாமியின் சிலைக்குள் சென்று உறையும் அப்பன்களின் பெண்மை பிரதிபலித்து ஒளிர்ந்தது.

பெயர் பொறித்த பித்தன்

அரசுப்பணியிலிருக்கும் நடுத்தர வர்க்கத்தினருக்குச் சொந்த வீடு என்பது மாபெரும் கனவு. அம்மாவும் இதற்கு விதிவிலக்கல்ல. மாதச் சம்பளத்தை அந்த மாதத்திலேயே செலவழித்துவிட வேண்டுமென்பதை வாழ்நாள் கொள்கையாகக் கொண்டிருந்த அப்பாவிற்கோ சொந்தவீடு என்கிற சொப்பனமெல்லாம் பெரிதாக இருந்ததில்லை. 'கண்ணின் கடைப்பார்வை காதலியர் காட்டிவிட்டால் மண்ணில் குமரர்க்கு மாமலையும் ஓர் கடுகாம்' எனப் பாரதிதாசன் கூறியதை ஒரு தமிழாசிரியையாக முற்றிலும் நம்பிய அம்மாவால் அதை நடைமுறையில் செயல்படுத்த முடியவில்லை. அம்மாவின் கடைப்பார்வை மட்டுமல்ல நேர் பார்வை, முறை பார்வை, எரி பார்வை இப்படி எந்தப் பார்வையும் அப்பாவிற்குள் வீடு என்ற கனவை விதைக்கவே இல்லை. கண்பார்வைக்குக் கிடைக்காத மரியாதை வாய்ப்பேச்சுக்குக் கிடைக்குமென்பதைக் கண்டுகொண்ட அம்மா பேசிப்பேசியே அப்பாவிற்குள் வீடு என்ற விதையை முளைக்க வைத்தபோது நாங்கள் மூன்று பிள்ளைகள் பிறந்து விட்டிருந்தோம்.

அப்பாவிற்குள் துளிர்விட்ட அம்மாவின் கனவுச்செடியை விருட்சமாக மாற்ற வானிலிருந்து ஒரு தேவதூதன் வந்திறங்கினார். கிட்டத்தட்ட நாற்பது ஆண்டுகள் சிங்கப்பூரில் வேலைசெய்து சம்பாதித்து ஊர் திரும்பிய சின்னத் தாத்தாதான்

அந்தத் தேவதூதன். அப்பாவின் சித்தப்பாவான அவருக்குப் பிள்ளைகள் கிடையாது. தனது அண்ணன் பிள்ளைகளைத் தனது பிள்ளைகளாக வரித்துக்கொண்டு இறப்புவரை எங்கள் வீட்டில் வாழ்ந்த அவர் கொடுத்துதவிய தொகையாலும் அப்பாவிற்கு அலுவலகத்தில் கிடைத்த வீட்டுக்கடனாலும் கனவு நனவாகத் தொடங்கியது. சுண்ணாம்புக்காரத் தெருவில் ஏற்கனவே வாங்கிப்போட்டிருந்த மனையில் வீடு கட்டுவதென முடிவானவுடன் கட்டுமானப் பணிகளை மேற்பார்வை செய்ய எளிதாக இருக்குமென்ற எண்ணத்தில் சீனிவாசபுரத்திலிருந்து சுண்ணாம்புக்காரத் தெருவிற்கு நாங்கள் வீடு மாறினோம்.

ஆனால் ஏன்தான் வீடு மாறினோமோ என்று நினைக்குமளவுக்கு அம்மாவைக் கொண்டுவந்து நிறுத்தினார் அப்பா. வேலை சரியாக நடக்கிறதா எனப் பார்க்கச்சென்ற அப்பாவால் வேலையே நின்றுபோகும் அபாயம் ஏற்பட்டது. தனது மேற்பார்வை வேலையை இவர் செய்கிறாரே என்ற எரிச்சலில் மேஸ்திரி ஏதோ சொல்லப்போக அவரை அடிப்பதற்கு அப்பா பாயப் பிறகு அம்மா முன்னிலையில் பஞ்சாயத்துக் கூடியது. கோபித்துக்கொண்டு முரண்டு பிடித்த மேஸ்திரியைப் பேசிச் சமாதானப்படுத்தினார் அம்மா. “ஒரு மனுஷனுக்கு இவ்வளவு கோவம் கூடாதும்மா. எப்படித்தான் இவரோட குடும்பம் பண்றீங்களோ”ன்னு மேஸ்திரி சொன்னபோது எனக்கு ஜல்லியால் அவரது மண்டையில் ஓர் ஓட்டை போடலாம் போலிருந்தது. அதை அம்மாவிடம் சொன்னபோது “ஒனக்கும் ஒங்கப்பனுக்கும் யார்கிட்டயாவது ஒரண்டை இழுத்துகிட்டே இருக்கணுமா?” என்று கத்தினார் அம்மா. எங்கள் குடும்பத்தில் நானும் அப்பாவும் முன்கோபத்திற்கும் சண்டைக்கும் பெயர் போனவர்கள். பாரதியின் ரௌத்திரத்தைப் பழகியிருந்த அப்பா எனக்கும் பழக்கிவிட்டிருந்தார். எப்போதாவது அறச்சீற்றமும் எப்போதும் அனாவசியச்சீற்றமும் கொள்ளும் நாங்கள் ‘கோபமிருக்குமிடத்தில்தான் குணமிருக்கும்’ எனச் சால்சாப்புச் சொல்லவும் பழகியிருந்தோம்.

அறைகளைக் கிளைகளாகக் கொண்டு வான்நோக்கி வேகமாக வளரத் தொடங்கிய அம்மாவின் கனவு இல்லத்தின் சுவர்களுக்குக் காலையும் மாலையும் தண்ணீர் ஊற்ற அப்பா சென்றார். அடுத்த பஞ்சாயத்தைக் கூட்டி விடுவாரோ என்ற கவலையில் அம்மாவும் அவர் பின்னாலேயே சென்றார்.

இருவரும் சென்றபிறகு கிடைத்த விலை மதிப்பில்லாச் சுதந்திரத்தில் நான், தங்கை, தம்பி மூவரும் எங்கள் தனிப்பட்ட பஞ்சாயத்துகளை வைத்துக்கொண்டோம். திட்டி, கிள்ளி, அடித்து, கட்டிப்பிடித்து உருண்டு ஒருவருக்கொருவர் தீர்ப்பு வழங்கிக்கொண்டோம். அப்படியான யுத்தக் காலங்களில் சின்னத் தாத்தா வெளிநடப்புச் செய்வதன் மூலம் அவரது மனஅமைதியைப் பேணிக்கொண்டார்.

அப்படியான ஒரு தினத்தின் மாலையில் பிள்ளைகள் நாங்கள் மூவர் மட்டுமே வீட்டிலிருந்தோம். உலக மகா அதிசயமாகக் கூடி அமர்ந்து அம்மா தந்துவிட்டுச் சென்றிருந்த சேவுப்பிள்ளை கடை சீனி காராசேவைச் சுவைத்துக்கொண்டிருந்தோம் (தேரடித் தெருவிலுள்ள சேதுபிள்ளை ஸ்வீட்ஸ் காராசேவுக்கும் அல்வாவிற்கும் பிரசித்தி பெற்றது). அப்போது 'தம்பிக்கோட்டை மரவக்காடு' கிராமத்திலிருந்து மிதிவண்டியில் பால் கொண்டுவரும் பால்காரர் மணி அடிக்கும் சத்தம் கேட்டது. தலைவாசல் கதவருகே அம்மா வைத்திருந்த வெண்கலச் செம்பை எடுத்துக்கொண்டு பால் வாங்கப் போனேன். என்னைப் பார்த்தவுடன் பால்காரர் வாயெல்லாம் பல்லாக "எப்போ பாப்பா புது வீட்டுக்குப் போகப்போறீங்க?" எனக் கேட்டுக்கொண்டே வழக்கம்போல அரை லிட்டர் பாலில் கால் லிட்டரைச் செம்பிலும் கால் லிட்டரைத் தரையிலுமாக அவசரஅவசரமாக ஊற்றினார். காராசேவை வாயில் ஒரு புறமாக அதக்கிக்கொண்டு "தெரியலை பால்காரரே" என்றேன். "வீட்டுக்குப் பேரு வச்சாச்சா?" என அடுத்த கேள்வியைக் கேட்டவர் பதிலுக்குக் காத்திருக்காமல் மிதிவண்டியை மிதித்துப் பறந்தார்.

பதிலை யோசித்துக்கொண்டே வீட்டுக்குள் நுழைந்தேன். அதற்குள் காராசேவ் காலியாகி இருந்தது. அத்தெருவிலிருந்த எந்த வீட்டிற்கும் பெயரில்லை. 'நாட்டுச்சாலை' கிராமத்தைச் சேர்ந்த வேளாளர் ஒருவர் வாடகைக்கு விட்டிருந்த எட்டு வீடுகள் கொண்ட காலனிக்கு மட்டும் 'அன்னக்கிளி காலனி' என்ற பெயரிருந்தது. சட்டென்று நான் பள்ளிக்குச் செல்லும் வழியிலிருந்த 'லெட்சுமி மஹால் வீடு' நினைவுக்கு வந்தது. 'அழகு மஹால்' அல்லது 'நிலா மஹால்' என சொல்லிப்பார்த்தேன். இதைவிட பொருத்தமான பெயர் இருக்கமுடியாதென மனம் மகிழ்ச்சியில் குதித்தது. ஆனால் இப்பெயருக்கு

உடன்பிறப்புகளிடமிருந்து குறிப்பாகத் தங்கையிடமிருந்து வரப்போகும் எதிர்ப்பை நினைத்துக் கவலையும் பிறந்தது.

இரவு உணவு நேரத்தின்போது நான் அப்பாவிடம் "வீட்டுக்குப் பேரு வைக்கப்போறிங்களாப்பா?" என்று மெதுவாகக் கேட்டேன். "அம்மா ஒங்ககிட்ட சொல்லலையா? நம்ம வீட்டுக்குப் பேரு முருகு இல்லம்" என்று அப்பா சொன்னவுடன் "ஐ! முறுக்கு இல்லம்!" என ஆறு வயதுத் தம்பி கத்தினான். சின்னத் தாத்தாவின் பெயரான முருகையனைச் சுருக்கி முருகு என அம்மாவும் அப்பாவும் முடிவு செய்திருந்தார்கள். "என் பேரெல்லாம் வேணாம்பா. புள்ளைங்க பேரை வையி" என்றார் சின்னத் தாத்தா. இதுதான் தக்க சமயமெனக் கருதி நான் என் பரிந்துரையை முன்வைத்தவுடன் "மஹாலா? ஓங்கப்பா என்ன அரண்மனையா கட்டுறாரு?" என்று கேட்டுவிட்டு அம்மா சிரித்தார்.

என் முகம் சுருங்கியதைக் கவனித்த அப்பா "முருகுன்னாலும் அழகுன்னுதான்டா அர்த்தம்" என்றார். "நெஜமாவாப்பா? ஐ! அப்படின்னா வீட்டுக்கு என் பேருதான்" என்று நான் சந்தோஷத்தில் கத்த "அப்ப என் பேரு?" என்று தங்கை கோபத்தில் கத்த "நீங்க வாயை வச்சுகிட்டுச் சும்மாவே இருக்கமாட்டிங்களா?" என்று அம்மா எரிச்சலில் கத்தினார். சில நொடிகள் ஏதும் பேசாமல் பலத்த சிந்தனையிலிருந்த அப்பா திடீரென்று "தமிழ்! மூணு புள்ளைங்க பேரையும் போடுவோமா?" என்றவுடன் அப்பாவின் கிறுக்குத்தனங்களை அறிந்தவரும் அதனால் அதிகம் பாதிக்கப்பட்டவருமான அம்மா அதெல்லாம் ஒண்ணும் வேண்டாமெனப் பதறினார். ஆனால் எனக்கு நம்பிக்கை துளிர்விட்டது. மனதில் ஒன்று தோன்றிவிட்டால் அப்பா அதைச் செய்யாமல் விடமாட்டார்.

'முருகு இல்லம்' கிரகப்பிரவேசமன்று விழாவுக்கு வந்திருந்தவர்கள் அனைவரும் வெளிச்சுற்றுக் காம்பவுண்ட் சுவரில் நுழைவாயில் கேட் அருகே பதிக்கப்பட்டிருந்த கல்வெட்டைப் பார்த்து ஆச்சர்யப்பட்டார்கள். ஒரு சிலர் கிண்டலடித்துச் சிரித்தார்கள். இரண்டு அடி நீளமும் ஒன்றரை அடி அகலமும் கொண்ட கறுப்புக் கடப்பாக் கல்லில் அப்பா, அம்மா, பிள்ளைகள் மூவரென ஐந்து பெயர்கள் வெள்ளைநிறத்தில் பொறிக்கப்பட்டிருந்த அக்கல்வெட்டு ஒரு தகப்பன் தன்

பிள்ளைகள் மீது வைத்திருந்த பைத்தியக்காரத்தனமான பாசத்தைப் பறைசாற்றிக்கொண்டிருந்தது.

காலை உணவிற்குப்பிறகுக் கூடத்தில் விரித்திருந்த பவானி ஜமுக்காளத்தில் பெண்கள் கூடி அமர்ந்து அரட்டை அடித்துக்கொண்டிருந்தனர். வாய்பார்த்தல் மிகவும் பிடித்தமானதென்பதால் நானும் அவர்களோடு அமர்ந்திருந்தேன். அப்போது அம்மாவின் சின்னம்மா "ஏட்டி பட்டு! (அம்மாவின் செல்லப்பெயர்) ஒன் புருஷனுக்குக் கிறுக்கேதும் புடிச்சிருக்கா? எதுக்குப் பொம்பளைப் புள்ளைங்க பேரையெல்லாம் எழுதிப் போட்டிருக்காரு? நாளைப் பின்ன இவளுக பங்கு கேட்டுக்கிட்டு வந்து நிக்கிறதுக்கா?" என்று கேட்க "அம்மாயி! நாங்க அப்படியெல்லாம் கேட்கமாட்டோம்" என்று நான் எரிந்துவிழ "இப்படிச் சொன்னவளுக ஆயிரம் பேரைப் பார்த்துட்டேன்டி. இதெல்லாம் புருஷன் வெரலு மேல படுற வரைக்கும்தான். அதுக்கப்புறம் பெத்தவனாவது ஒடன்பொறாந்தானாவது" என்று வெற்றிலைக் கறைபடிந்த பற்கள் தெரியச் சிரித்துக்கொண்டே அம்மாயி சொன்னவுடன் பெண்கள் அனைவரும் சத்தமாகச் சிரித்தார்கள். புதிதாகக் கல்யாணம் ஆகியிருந்த சித்தி "சின்னாயி சொல்றதும் சரிதான். இவளுகளைக் கட்டிக்கொடுத்தப்புறம் அத்தான்கிட்ட சொல்லிப் பேரை எடுத்துறச் சொல்லுக்கா" என்று அம்மாயிக்கு வக்காலத்து வாங்கினார்.

"எங்க அப்பா எங்க பேரை எடுக்கமாட்டாங்க" என்று சொல்லிவிட்டு நான் விருட்டென்று எழுந்து வாசலில் தெருவை அடைத்துப் போடப்பட்டிருந்த கீற்றுப்பந்தலை நோக்கி வேகமாக நடந்தேன். அங்கு அப்பாவைக் காணவில்லை. தடுக்கிய பட்டுப்பாவாடையைத் தூக்கிப் பிடித்துக்கொண்டு விரைந்து மாடிப்படிகளில் ஏறினேன். மாடியில் போடப்பட்டிருந்த பந்தலுக்குக் கீழமர்ந்து சாப்பிட்டுக்கொண்டிருந்த தனது அலுவலக நண்பர்களை அப்பா சிரித்த முகத்துடன் உபசரித்துக் கொண்டிருந்தார். என்னைப் பார்த்தவுடன் மூத்த பொண்ணு என அறிமுகம் செய்துவைத்தவர் "கீழ கூப்டுறாங்க போல, நீங்க இருந்து நல்லாச் சாப்ட்டு வாங்க" என்று கூறிவிட்டு மாடிப்படிகளில் இறங்கத்தொடங்கினார்.

அவரைப் பின்தொடர்ந்த நான் "அப்பா! நாங்க கல்யாணமாகிப் போய்ட்டா எங்க பேரை எடுத்துருவிங்களாப்பா?" என்று

மெல்லக் கேட்டவுடன் அப்படியே சட்டென்று நின்றவர் என்னைத் திரும்பிப் பார்த்து “யாருடா சொன்னா? அதெல்லாம் செய்யமாட்டேன்டா” என்றார். குற்றாலம் பயணம் சென்றிருந்தபோது அங்கிருந்து கொண்டுவந்து அம்மா நட்டுவைத்து மாடிவரை படர்ந்திருந்த சாதிமல்லிச் செடியின் மெல்லிய கிளை ஒன்று அப்பாவின் முகத்திற்கு அருகில் காற்றில் மெதுவாக அசைந்து கொண்டிருந்தது. அப்பாவின் கண்கள் கலங்கி இருந்தன. “இந்த வீடு இருக்கிறவரைக்கும் ஒங்க மூணு பேரோட பேரும் இருக்கும்டா” என்று சொல்லி அப்பா புன்னகைத்தபோது சாதி மல்லியின் மணத்தையும் மீறி அப்பாவின் வாசத்தை உணர்ந்தேன்.

எந்தக் கல்வெட்டு என்னைப் பெருமையாகவும் மகிழ்ச்சியாகவும் உணரவைத்ததோ அதே கல்வெட்டு என்னைக் கேலிக்கு உள்ளாக்கிய சம்பவமும் உண்டு. அப்போது நான் பன்னிரண்டாம் வகுப்பிலிருந்தேன். பொதுத்தேர்வு என்பதால் தமிழைத் தவிர அனைத்துப் பாடங்களுக்கும் வகுப்பு ஆசிரியர்களிடமே ட்யூஷனுக்கும் சென்றுகொண்டிருந்த காலமது. ஒவ்வொரு ட்யூஷனுக்குச் செல்லும்போதும் ஏழு பேர் கொண்ட எங்கள் குழுவை வரவேற்க அந்தந்தத் தெரு ரோமியோக்கள் காத்திருப்பார்கள். இவர்கள் அடிக்கும் கிண்டல்களும், செய்யும் சேஷ்டைகளும், பாடும் பாடல்களும் புத்தகம், படிப்பு, பரீட்சை, பெற்றோரின் கண்டிப்பு என வறண்டு கிடந்த எங்கள் வாழ்க்கையில் மழையைப் பொழிவித்துக்கொண்டிருந்தன.

இப்படியான வசந்தகாலத்தில் ஒருமுறை இயற்பியல் ட்யூஷனுக்குச் சென்றுகொண்டிருக்கையில் என் தோழியின் கடைக்கண் பார்வைக்காகப் பலநாட்களாகக் காத்துக்கிடந்த ஒருவன் எங்கள் பின்னால் வந்து “என்னங்க ஒங்க ஃபிரெண்ட் திரும்பிக்கூடப் பார்க்க மாட்டேங்கிறாங்க. அவங்க பேரு என்னங்க?” என்று கேட்க “அத அவகிட்டயே கேளுங்க” என்று நான் சொன்னவுடன் “ஒங்க அப்பா மாதிரி எல்லா அப்பாவும் இருந்துட்டா எங்களுக்கெல்லாம் பிரச்சனையே இல்லைங்க” என்றவுடன் நான் புரியாமல் முழிக்க “வீட்டு வாசல்லேயே ஒங்க பேரை எழுதிப் போட்டிருக்கார அதைச் சொன்னேன்” என்று அவன் நக்கலாகச் சொல்லிவிட்டு நகர்ந்தவுடன் தோழிகளின் வெடிச்சிரிப்பு அடங்க வெகுநேரமானது. “இதுக்குத்தான் அப்பாகிட்ட சொல்லிப் பேரை எடுத்துரச் சொல்லுன்னு

சொன்னோம்" என்ற அவர்களது அறிவுரையும் கிண்டலும் என்னைச் சற்றும் அசைக்கவில்லை. அப்பா சொன்னதுபோல அந்தவீடு இருக்கிறவரைக்கும் எங்க மூணு பேரோட பேரும் இருக்குமென மனதில் நினைத்துக்கொண்டேன்.

அப்பா இறந்து ஓராண்டு கழித்துத் தலைத்திவசத்திற்காக ஊருக்குப் போனபோது வீட்டின்முன் சென்று நின்ற காரிலிருந்து இறங்கியவுடன் முதலில் கண்ணில்பட்டது இந்தக் கல்வெட்டுதான். வெள்ளை நிறத்தில் முதலாவதாக எழுதப்பட்டிருந்த 'தி.பஞ்சாட்சரம்' என்ற அந்தப் பெயர் தனது வெண்பற்களைக் காட்டி வரவேற்பது போலிருந்தது. "வாடா அழகப்பா! நான் வீட்டுக்குள்ளதான் இருக்கேன்" எனச் சொல்வதுபோல அளவில்லாப் பிரியத்தோடு அந்த எழுத்துகள் என்னைப் பார்த்துப் புன்னகைத்தன. மெல்ல நடந்து சென்று அந்தப் பெயரை வருடினேன். "நான் எங்கயும் போகலைடா. இந்த வீடு இருக்கிறவரைக்கும் என் புள்ளைங்களுக்காக வாசல்லேயே காத்துக்கிட்டு நிப்பேன்டா" என்று அப்பா சொல்வது போலிருந்தது. கேட்டைத் திறந்து கொண்டு உள்ளே நுழைந்தபோது காற்றில் மிதந்து வந்த சாதிமல்லியின் மணம் என்னை முற்றிலுமாகச் சூழ்ந்து ஆதுரமாக அணைத்துக்கொண்டது.

சக்தி அறியா சுத்தன்

அது இருபதாம் நூற்றாண்டின் ஆக இறுதியான கால கட்டம். Y2Kபிரச்சனையைக் கட்டிப்பிடித்தவாறு தகவல் தொழில்நுட்பஉலகம் உருண்டு புரண்டு கொண்டிருந்த போது நான் என் முதுகலைப்பட்டத்தை முடித்திருந்தேன். வீட்டிற்கு அஞ்சலில் வந்த முதுகலைப்பட்டச் சான்றிதழில் 'எரியம் பேணல்,மேலாண்மையியல்' என்பதைப் பார்த்துவிட்டுச் சற்று மிரண்டு போனேன். இதையா ஒன்றரை வருடம் படித்தோம் என்ற சந்தேகமே வந்துவிட்டது. நல்லவேளையாகச் சான்றிதழில் 'Energy conservation and Management' என்று ஆங்கிலத்திலும் இருந்ததைப் பார்த்தவுடன்தான் உயிரே வந்தது. அனல் மின் நிலையங்களுக்கும் நீர்ச் சுத்திகரிப்பு நிலையங்களுக்கும் ஆலோசனைகள் வழங்குவதை முதன்மையாகக் கொண்ட ஒரு ஜெர்மன் நிறுவனத்தின் சென்னை கிளையில் எனக்கு வேலை கிடைத்தது.

அந்த வேலை கிடைத்ததில் என்னைவிட அப்பாவுக்கு மிகவும் மகிழ்ச்சி. குடும்பச் சூழலால் மேற்படிப்பிற்கு வாய்ப்பில்லாமல் போக அந்தக் காலத்து எஸ்.எஸ்.எல்.சி பரீட்சை எழுதித் தேர்ச்சி பெற்ற கையோடு பொதுப் பணித்துறையில் வேலைக்குச் சேர்ந்ததையும் முதல் நாள் வேலைக்கு அரைக்கால்சட்டை அணிந்து செல்ல "தம்பி! இது பள்ளிக்கூடம் இல்லை. ஆஃபிஸ். நாளையிலேந்து பேண்ட் போட்டுகிட்டு வரணும்"

என மேலதிகாரி சொன்னதையும் அப்பா சிரித்துக்கொண்டே எங்களிடம் கூறும்போதெல்லாம் அவரது கண்களில் படிக்க முடியாமல் போனதன் வலியை நான் கண்டதுண்டு.

பொதுப் பணித்துறையிலிருந்து மாறித் தமிழ்நாடு மின்சார வாரியத்தில் ஓய்வு பெறும் வரை கணக்கர் வேலை பார்த்த அப்பாவுக்குத் தன்னுடன் பணிபுரிந்த பெரும்பான்மையான பொறியாளர்களைப்பற்றி நல்ல அபிப்ராயமே இருந்ததில்லை. "ஒருத்தன் விடாம எல்லாரும் கைநீட்டிக் காசு வாங்குறானுங்க. இவ்வளவு படிச்சுட்டு எதுக்குத்தான் இந்த ஈனப் பொழப்போ தெரியலை. இவனுங்ககிட்ட எல்லாம் கை கட்டி நிக்கணும்னு தலையில எழுதி இருக்கு" என்று சகட்டு மேனிக்குத் திட்டிக் கொண்டிருப்பார். அப்போதெல்லாம் தனக்கு மட்டும் பட்டக்கல்வி பெற வாய்ப்புக் கிட்டியிருந்தால் தானும் ஒரு பொறியாளராக இருந்திருப்பேன் என்பதைச் சொல்ல அவர் தவறியதே இல்லை. தனது மகள் பொறியியலில் முதுகலைப்பட்டம் பெற்றுப் பணியில் சேர்வதில் அவர் அடைந்த எல்லையில்லா உவகையை "ஒன்னோட ஆஃபிஸைப் பார்க்கணும்போல இருக்குடா அழகப்பா. நானும் ஒன்னோட மெட்ராஸுக்கு வர்றேன்டா" என்று அவர் உற்சாகமாகச் சொன்னதிலிருந்து புரிந்து கொள்ள முடிந்தது. பட்டுக்கோட்டையிலிருந்து கிளம்பிச் சென்னை குரோம் பேட்டையிலுள்ள அஸ்தினாபுரத்திலிருந்த சித்தி வீட்டிற்குச் சென்று தங்கி இருந்துவிட்டு அடுத்த நாள் காலை நானும் அப்பாவும் கிளம்பி அண்ணா சாலை வழியாகப் பிராட்வே போகும் 52B பேருந்தில் ஏறினோம்.

மக்கள் பிதுங்கி வழிந்துகொண்டிருந்த அந்த நெரிசலான பேருந்திலும் வேலையில் யாரிடமும் கைநீட்டிக் காசு வாங்கக் கூடாது என்பதை அப்பா திரும்பத் திரும்ப சொல்லிக்கொண்டே வந்தார். 'வானவில்' பேருந்து நிலையத்தில் இறங்கியவுடன் எதிர்ப்புறத்தில் தெரிந்த அண்ணா அறிவாலயக் கட்டடத்தைச் சுட்டிக்காட்டிய அப்பா அது "என்ன பில்டிங்ன்னு தெரியுமா?" எனக் கேட்டுவிட்டு என் பதிலை எதிர்பார்க்காமல் "அதுதான் டி.எம்.கேயோட ஹெட் ஆஃபிஸ். ஒன்னோட ஆஃபிஸைப் பார்த்துட்டு நான் போய்க் கலைஞரைப் பாக்கப் போறேன்டா" என்றார். "ஆமாம். அவரு ஒங்களுக்காகத்தான் காத்துக்கிட்டிருக்காரு. நீங்க போனவுடன் வாசலுக்கு வந்து

கூட்டிட்டுப் போவாரு. பேசாம வாங்கப்பா” என்று கடுப்பாகச் சொல்லிவிட்டு நடக்கத் தொடங்கினேன். “ஒன் ஆஃபிஸ் பக்கமாத்தானே இருக்கு. நேரம் கெடைச்சா ஒருதடவை போய்க் கலைஞரைப் பார்த்துட்டு வாடா” என்று என்னைப் பின்தொடர்ந்துகொண்டே அவர் கூறியதைக் கேட்டவுடன் எனக்கு வந்த சிரிப்பைக் கஷ்டப்பட்டு அடக்கிக்கொண்டேன்.

திராவிடக் கட்சிமீது அளவு கடந்த நம்பிக்கையையும் கட்சி தலைவர்களின் மீது பெரும் மதிப்பையும் கொண்டிருந்தது எனது குடும்பம். பிள்ளைகளுக்கு அண்ணாதுரை, கருணாநிதி எனப் பெயரிட்டதும் உறவினர்களில் சிலர் முழு நாத்திகர்களாகத் தங்களை மாற்றிக்கொண்டதும் திராவிடக் கட்சிகள் எங்கள் குடும்பத்தின் மீது செலுத்திய தாக்கங்களுக்குச் சில உதாரணங்களாகும். குடும்பத்தில் எனக்கு முந்தைய தலைமுறையினர் அனைவருக்கும் சீர்திருத்த முறைப்படிதான் திருமணம் நடந்தது. அம்மாவிற்கும் அப்பாவிற்கும் அப்போது தி.மு.க. அமைச்சராக இருந்த மன்னை நாராயணசாமி அவர்களின் தலைமையில் சீர்திருத்தத் திருமணம் நடந்தேறியதாம். சிறு வயதிலிருந்து பார்த்த, எனக்கு மிகவும் பிடித்த மேடைப் பேச்சுகளோடு கூடிய இந்த வகைத் திருமணங்கள் நான் கல்லூரிக்குச் சென்றபிறகு ஏனோ எனக்குள் ஓர் ஒவ்வாமையை ஏற்படுத்தின. கட்சித் தலைவரோ, அமைச்சரோ திருமணத்திற்குத் தலைமை தாங்குகிறாரென்றால் கண்கள் இரத்தச் சிவப்பாக ஆகும்வரை மதுவை அருந்திவிட்டு வெள்ளைச் சட்டை, கட்சிக் கரைவேட்டிச் சகிதமாக ஆஜராகி ஒரு குடும்பத்தின் முக்கிய நிகழ்வு என்ற எந்தவிதப் பிரக்ஞையும் இன்றி மிக அநாகரிகமாக நடந்து கொள்ளும் கட்சி ஆட்களை என்னால் சகித்துக்கொள்ளவே முடிந்ததில்லை.

எனது அலுவலகம் தேனாம்பேட்டைப் பகுதியையும் ஆழ்வார் பேட்டைப் பகுதியையும் இணைக்கும் எல்டாம்ஸ் சாலையில் இருந்தது. பத்தொன்பதாம் நூற்றாண்டின் தொடக்கத்தில் கிழக்கிந்தியக் கம்பெனியின் ஆளுகையின் கீழிருந்த மதராசப்பட்டினத்தின் மேயர் திரு ரிச்சர்ட் எல்டாம்ஸுக்குச் சொந்தமான ஒரு பங்களா இப்பகுதியில் இருந்ததால் எல்டாம்ஸ் சாலை எனப் பெயர் வந்தது என்பதை வேலையில் சேர்ந்து ஒரு வருடம் கழித்துத்தான் எனது மேலதிகாரி மூலமாக அறிந்துகொண்டேன். அஸ்தினாபுரத்தில் சித்தி வீட்டில்

தங்கி வேலைக்குச் சென்று வந்தபோது அலுவலகத்திற்குத் தாமதமாகச் செல்ல நேரிடும்போதெல்லாம் “சார்! நான் மகாபாரதப் பீரியடிலிருந்து பிரிட்டிஷார் பீரியடுக்கு வர வேண்டி இருக்கு. 52B பஸ்ல வந்தால் எப்படி சார் சீக்கிரம் வரமுடியும்?” என்று கிண்டலாகக் கேட்டுச் சமாளிப்பதுண்டு.

நானும் அப்பாவும் அண்ணா சாலையிலிருந்து எல்டாம்ஸ் சாலைக்குள் நுழைந்தோம். தேனாம்பேட்டை பக்கமிருக்கும் எல்டாம்ஸ் சாலை எப்போதும் பரபரப்பாகவும் நெருக்கடியாகவும் காணப்படும். தெருவோர வியாபாரிகளாலும் கடைகளின் வெளியே நிறுத்தப்படும் இருசக்கர வண்டிகளாலும் குறுகிப்போன சாலையில் மக்கள் நடக்கவே சிரமப்பட வேண்டி இருக்கும். இதற்கு முற்றிலும் மாறாக ஆழ்வார்பேட்டை பக்கமிருக்கும் எல்டாம்ஸ் சாலை அகலமாகவும் ஆக்கிரமிப்புகள் இல்லாமலும் அமைதியாகவும் காணப்படும். தேனாம்பேட்டை பக்கமிருக்கும் சாலைப் பகுதியில் மார்வாடிகளுக்குச் சொந்தமான சிறுநகைக் கடைகள் இருந்தன. காலை நேரங்களில் கூலி வேலைக்குச் செல்லும் அடிமட்ட மக்கள் மார்வாடிகளின் அடகுக் கடைகளில் பொருட்களை அடகு வைப்பதற்காகக் காத்திருப்பார்கள்.

அடகுக் கடைகளுக்கு அருகிலேயே சேட்டு வீடுகளும் இருந்ததால் மார்வாடிப் பெண்கள் இங்கும் அங்குமாக நடந்து கொண்டிருப்பதை அப்பகுதியில் காண முடியும். கல்லூரி விடுதி ஆண்டு விழாவில் ஒருமுறை காக்ரா சோளி அணிந்து சின்னச் சின்ன வண்ணக் குயில் பாடலுக்கு நடனமாடியபோது “இந்த டிரஸ்ல செமையா இருக்கேடி. பார்க்கிறதுக்கு அப்படியே ரேவதி போலயே இருக்கே தெரியுமா” என்று உணர்ச்சி வேகத்துல தோழி ஒருத்தி சொன்னதை உண்மை என நம்பத் தொடங்கிய நாளிலிருந்து மார்வாடிப் பெண்களின் உடைகள்மீது மோகம் ஏற்பட்டு அவர்களை எங்கு பார்த்தாலும் காணாததைக் கண்டுவிட்டதுபோல வேடிக்கை பார்ப்பது என் வழக்கம்.

நான் பராக்குப் பார்த்துக்கொண்டே ஆமை நடைபோட அதைக் கவனித்த அப்பா எனக்குப் பசிக்கிறதுபோலும் என நினைத்து “என்னடா பசிக்குதா? ஏதாவது சாப்பிடலாமா?” எனக் கேட்டுவிட்டு நான் வேண்டாமென்றவுடன் “இங்கதான்

வேலு மிலிட்டரி இருக்கு. ரொம்ப ஃபேமஸான ஹோட்டல்” என்றார். “இந்த ஏரியாவைப் பத்தி உங்களுக்கு எப்படிப்பா தெரியும்?” என்று நான் கேட்டவுடன் பணியில் இருக்கையில் தொழிற்சங்கத்தில் உதவித்தலைவராக இருந்த காலகட்டத்தில் சென்னைக்கு வந்ததையும் அப்போது ஆழ்வார்பேட்டை பகுதியில் தங்கி இருந்ததையும் நினைவு கூர்ந்த அப்பா தோழர்களோடு “இங்கதான் சாப்பிட வருவேன். முரட்டுச் சாப்பாடா இருக்கும். வேலு மிலிட்டரி மீன் கொழம்பையும் நாட்டுக்கோழி பிரியாணியையும் ருசிக்காதவன் வாழ்றதுல அர்த்தமே இல்லை” என்றவுடன் வேலையில் சேர்ந்து முதல் சம்பளம் வாங்கியவுடன் அந்த ருசியை அனுபவித்துவிட வேண்டுமென முடிவு செய்துகொண்டேன்.

நான்கு மாடிகள் கொண்ட கட்டிடத்தில் இயங்கிய அலுவலகத்தில் எனது பிரிவு மூன்றாவது தளத்தில் இருந்தது. முதல் தளத்தில் இருந்த நிர்வாகப் பிரிவில் வேலையில் சேர்வதற்கான அனைத்துச் சம்பிரதாயங்களையும் முடித்துவிட்டு எனது இருக்கையைக் காண்பிக்க அப்பாவை அழைத்துச் செல்ல அனுமதி கேட்டபோது “ஊழியர்கள் மட்டும்தான் உள்ளே செல்ல முடியும். ஆனால் இதற்காகவே ஊரிலிருந்து உங்கள் தந்தை வந்திருப்பதால் இந்த ஒருமுறை மட்டும் அனுமதிக்கிறேன்” என்று நிர்வாக மேலாளர் முகத்தில் புன்னகை வழியச் சொல்லி எனது வேண்டுகோளுக்கு மனமிரங்கினார். மூன்றாவது தளத்திற்கு மின்தூக்கியில் சென்றபோது “கையைக் கதவுக்குள்ள விட்டுடாதடா” என அப்பா சொல்லியதைக் கேட்டு லிஃப்ட் ஆபரேட்டர் தாத்தா மெல்லப் புன்னகைத்தார். மூன்றாவது தளத்தின் வரவேற்பறையிலிருந்த பெண்மணியிடம் சென்று வேலைக்குச் சேர வந்திருப்பதைத் தெரிவித்துவிட்டு காத்திருந்த நேரத்தில் அப்பா அங்கு மாட்டப்பட்டிருந்த அனல் மின் நிலையங்களின் புகைப்படங்களையும் நவீன ஓவியங்களையும் பார்வையிடத் தொடங்கினார். சில நொடிகள் கழித்து என்னருகே வந்து அமர்ந்து “எங்க ஆஃபிஸ்லயும் நாலு போட்டோ மாட்டுனா நல்லாதான் இருக்கும். ஆனா எவன் செய்றான்?” என்று அவர் புலம்பியபோது மனதுக்குள் சிரித்துக்கொண்டேன்.

மேலாளரைச் சந்திக்க அனுமதி கிடைத்தவுடன் உள்ளே சென்றோம். அத்தளம் முழுவதும்பல க்யூபிக்கிளாகப்

பிரிக்கப்பட்டு இருந்தது. அனைத்திலும் ஆட்கள் அமர்ந்து வேலை பார்த்துக்கொண்டிருந்தனர். அறையின் ஒரு மூலையில் இருந்த மேலாளரின் அறைக்குள் நாங்கள் நுழைந்தபோது சிகரெட் நாற்றம் குடலைப் புரட்டியது. ஜி.ஆர் என்று அழைக்கப்பட்ட எனது மேலாளர் ஒரு செயின் ஸ்மோக்கர். நான் அவரை ஏற்கனவே நேர்முகத் தேர்வில் சந்தித்திருந்தேன். அப்பாவை அவருக்கு அறிமுகப்படுத்தியவுடன் அப்பா கேட்ட முதல் கேள்வி "உங்க டிபார்ட்மெண்டில் எத்தனை பெண்கள் வேலை செய்கிறார்கள்?" என்பதுதான்.

"ஒரே ஒருத்தர்தான், அது உங்கள் பெண்தான்" என்று ஜி.ஆர் புன்னகையுடன் சொன்னவுடன் அப்பா பதற்றம் மிக்கவராக மாறிப்போனார். அதன் பிறகு "ஆனந்தா என் கண்ணையே உன்னிடம் ஒப்படைக்கிறேன். அதுல எப்போதும் ஆனந்தக் கண்ணீர்தான் வழியணும்" என்று சிவாஜி ஸ்டைலில் எமோஷனல் பிழியப்பிழியப் பேசி முடித்து "பத்திரமாப் பார்த்துக்கங்க சார்" என்று அப்பா சொல்ல "நீங்க கவலைப்படமாப் போங்க சார். என் பொண்ணு மாதிரி பார்த்துக்கிறேன்" என்று ஜி.ஆர் சொல்ல நான் இரண்டு சிவாஜிகளுக்கு மத்தியில் மாட்டிக்கொண்டேன். அந்தச் சந்திப்பால் எல்லோருக்கும் ஜி.ஆராக இருந்த மேலாளர் எனக்கு மட்டும் ஜி.எஃப் (God Father) ஆக மாறிப்போனார். பிறகு ஜி.ஆர் எனது இருக்கையைக் காண்பிக்க அழைத்துச் சென்றார். அங்கு அமர்ந்திருந்த பொறியாளர்களிடம் "என் பொண்ணு இன்னைக்குத்தான் ஜாயின் பண்ணுது. பத்திரமாப் பார்த்துக்குங்க" என்று அப்பா சொன்னதைக் கேட்டவுடன் எனக்கு உண்மையில் அழுவதா, சிரிப்பதா எனத் தெரியவில்லை. எல்.கே.ஜியில் சேர்த்து விடுவதைப்போல் என்னை வேலையில் சேர்த்துவிடுகிறாரேன்னு எரிச்சல்கூட வந்தது.

பார்க்கும் அனைவரிடமும் என்னைப் பத்திரமாகப் பார்த்துக் கொள்ளச் சொல்லிய அப்பாவுடன் கீழ்த்தளத்திற்கு மின்தூக்கியில் வந்தபோது "சமாளிச்சுடுவியாடா?" என்று மீண்டும் மீண்டும் கேட்டுக்கொண்டே இருந்தார். இப்போதும் லிஃப்ட் ஆபரேட்டர் தாத்தா புன்னகைத்ததைக் கண்டேன். பிறகு அப்பாவைச் சித்தி வீட்டிற்குப் போகச் சொல்லிவிட்டு நான் எனது இருக்கைக்குத் திரும்பினேன். வேலைக்குச் சேர்ந்த முதல் நாள் என்பதால் அறிமுகச் சம்பிரதாயங்களுடன்

காலைப்பொழுது வேகமாகக் கழிந்தது. மதிய உணவு இடைவேளையில் நான் கீழ்த்தளத்திற்குச் சென்றபோது அப்பா அங்கிருந்த செக்யூரிட்டியுடன் அரட்டை அடித்துக்கொண்டு அமர்ந்திருந்தார்.

“போகலையாப்பா?” என்று கேட்டதற்கு “வீட்டுக்குப் போய் என்னடா பண்ணப்போறேன்?” என்றவர் “வா! சாப்பிடப் போகலாம்” என்று சொல்லி எல்டாம்ஸ் சாலையின் மறு முனையில் இருந்த சாம்கோ ஹோட்டலுக்கு அழைத்துச் சென்றார். சாப்பிட்டு முடித்துவிட்டு வெளியே வந்தபோது “அதோ! அதான்டா கமல்ஹாசன் வீடு!” என்று அப்பா சுட்டிக்காட்டியவுடன் நான் பரபரப்பானேன். நான் கமலின் தீவிர விசிறி என்பதால் “நெஜமாவாப்பா? வேலையில சேர்ந்தவுடன கமலை எப்படியாவது பார்த்துடணும்” என்றேன். “கலைஞரைப் போய்ப் பார்க்கச் சொன்னா கமல்ஹாசனைப் பார்க்கிறேன்னு சொல்றியே”ன்னு சலித்துக்கொண்ட அப்பா ஆழ்வார்பேட்டையில் தங்கி இருந்தபோது ஒரு சலூன் கடையில் கமலைப் பொடியனாகப் பார்த்திருக்கிறேன் என்றார்.

நாங்கள் அலுவலகத்திற்குத் திரும்பியபோது லிஃப்ட் ஆபரேட்டர் தாத்தா வெளியே நின்று புகைபிடித்துக் கொண்டிருந்தார். “சாப்ட்டாச்சா?” என்று புன்னகையுடன் கேட்ட அவரிடமும் அப்பா “பொண்ணைக் கொஞ்சம் பார்த்துக்கங்க” என்று ஆரம்பித்துவிட்டார். தாத்தா சிரித்துக்கொண்டே “சார்! பொம்பளைன்னா என்னன்னு நினைச்சே? அவ சக்தி சார். அவ எல்லாத்தையும் சமாளிப்பா. உன் பொண்ணைப் பாரு. அது தைரியமா இருக்கு. நீதான் பொலம்பிட்டுக் கெடக்கே” என்றவுடன் அதைச் சற்றும் எதிர்பார்க்காத அப்பா என்னைப் பார்த்தார். எங்களது கண்கள் சந்தித்து மீண்ட அந்த ஒரு நொடியில் இருபத்து மூன்று வருடங்களாகப் பற்றியிருந்த எனது கைகளை விடுவித்துக்கொள்ள முடியாத துயரை அவரது கண்களில் கண்டேன். சட்டென்று “சரிடா அழகப்பா! நான் கிளம்புறேன்” என்று சொல்லிவிட்டு வேகமாகச் சாலையில் இறங்கி நடந்த வளராத அப்பனின் கைகளை ஓடிச்சென்று பிடித்துக்கொள்ள வேண்டுமென்று தோன்றிய உணர்வை வளர்ந்த மகளாக மிகவும் சிரமப்பட்டுக் கட்டுப்படுத்திக்கொண்டேன்.

பளிங்கி விழுங்கிய பூதம்

தலைப்பைப் பார்த்தவுடன் "அது என்ன பளிங்கி?" என்ற கேள்வி சிலருக்கு எழலாம். கோலிக்குண்டை எங்கள் ஊர்ப்பக்கம் பளிங்கி என்றுதான் சொல்வோம். அந்த விளையாட்டில் நான் சாம்பியனாக இருந்த பொன்னான காலகட்டம் அது. அப்போது நாங்கள் பட்டுக்கோட்டை முருகன் கோயில் தெருவில் குடியிருந்தோம். மிதிவண்டிகள் அதிகமாகவும் அவ்வப்போது ரிக்சாக்கள் அல்லது மோட்டார் பைக்குகள் வந்துபோய்க்கொண்டிருக்கிற சிறு சாலையின் இருபுறமும் வரிசையாக வீடுகள் இருக்கும்.

பெரும்பாலும் ஓட்டு வீடுகளையும் ஒன்றிரண்டு மாடி வீடுகளையும் கொண்ட அத்தெருவின் இருபுறமும் இருந்த திறந்த சாக்கடையில் கொசுக்களுக்குப் பஞ்சமிருக்காது. மாலை நேரத்தில் அத்தெருவிற்குப் பால் ஊற்ற வரும் ஆஸ்தான பால்காரரரான அய்யாவு தன்னைக் கடிக்கும் கொசுவை அடித்துக்கொண்டே "வெளக்கு வச்ச நேரத்துல மாமன் வந்தான். மறைஞ்சு நின்னு பார்க்கையிலே தாகம் என்றான். நான் கொடுக்க அவன் குடிக்க..." எனப் பாடுவதைக் கேட்டுப் பால் வாங்கும் பெண்கள் வெடித்துச் சிரிப்பார்கள்.

ஆனால் எங்கள் பளிங்கிக் குழு ஒருபோதும் கொசுக்களைப் பொருட்படுத்தியதே இல்லை. சாலைக்கும் சாக்கடைக்கும் இடைப்பட்ட பகுதிதான் எங்களது விளையாட்டுத் திடல்.

எங்கள் குழுவில் என்னையும் சேர்த்து மொத்தம் ஐந்து பேர் இருந்தோம். கோண்டு (பாலு), மூத்திரக்குண்டி (சேகர்), மூக்கொழுகி (மனோகர்), புழுகுணி (பாபு), கொறத்தி (நான்). கோண்டுக்கு மட்டும்தான் பத்து வயது. நாங்கள் அனைவரும் அவனை விட ஒருவயது சிறியவர்கள். அதனால் விளையாட்டின் பஞ்சாயத்துகளுக்குத் தீர்ப்புச் சொல்லும் நாட்டாமையாகக் கோண்டு இருந்தான். என்னை அந்தக் குழுவில் இணைத்துக்கொள்ளப் பயங்கர எதிர்ப்புக் கிளம்பியபோது கோண்டுதான் எனக்காகப் பரிந்துபேசிச் சேர்த்துக்கொண்டான்.

குழுவிலிருந்து வந்த எதிர்ப்பை விடப் பல மடங்கு எதிர்ப்பு அம்மாவிடமிருந்து வந்தது. "பயலுகளோட சேர்ந்துகிட்டுப் பொழுதன்னைக்கும் தெருவுலயே நிக்கிறா அவளைக் கொஞ்சம் கண்டிங்க" என்று புகார் சொல்லும்போதெல்லாம் "ஸ்கூல் விட்டு வந்து எவ்வளவு நேரம்தான் அது தனியா ஒட்கார்ந்திருக்கும்? நீயும் நானும் வர்ற வரைக்கும் அது என்னதான் செய்யும்? ஏதாவது வெளையாடிட்டுப் போகுது போ" என்று என்னை விட்டுக்கொடுக்காமல் அப்பா தாங்கிக்கொள்வார். அம்மாவும் அப்பாவும் வேலை முடிந்து திரும்பும் முன்பே நான் பள்ளியிலிருந்து வீடு திரும்பிவிடுவேன் என்பதால் வீட்டு நிலைக்கதவைப் பூட்டிவிட்டுத் திண்ணையில் இருக்கும் கதவை வெறுமனே சாத்திவிட்டுச் செல்வது வழக்கமாக இருந்தது. தங்கையையும் தம்பியையும் பக்கத்து வீட்டில் குடியிருந்த வீட்டு உரிமையாளரான முதலியார் தாத்தாவின் பொறுப்பில் விட்டுச் செல்வார்கள்.

நான் பள்ளி விட்டு வந்தவுடன் பள்ளிப்பையைத் தூக்கித் திண்ணையில் கடாசிவிட்டுப் பளிங்கி விளையாட ஓடுவேன். பளிங்கி விளையாட்டில் தோற்றவர்கள் ஜெயித்தவர்களுக்கு ஒரு படம் அல்லது பளிங்கி தரவேண்டும். நாங்கள் பாய் கடையில் (அந்தப் பெட்டிக்கடையின் உரிமையாளர் பெயர் நாடிமுத்து. பாய் கடை என்ற பெயர் ஏன் வந்தது எனத் தெரியவில்லை) வண்ணப்படங்கள் கொண்ட காகிதங்களைப் பளிங்கி விளையாட்டுக்காக வாங்குவோம். குட்டி குட்டியான வண்ணப்படங்கள் இணைக்கப்பட்ட பத்துக்குப் பத்து இன்ச் காகிதத்தின் விலை இருபத்தைந்து காசு. மலர்கள், விலங்குகள், பறவைகள், நடிகர்கள், வாகனங்கள், கடல்வாழ்

உயிரினங்கள், நாட்டின் கொடிகள் போன்ற பல பிரிவுகளில் படங்கள் இருக்கும். படங்களில் எனது ரசனையும் எனது குழுவினரது ரசனையும் சற்றும் ஒத்துப்போகாத காரணத்தால் ஜெயித்தவர்களுக்குப் பளிங்கி மட்டும் கொடுப்பது என முடிவு செய்தோம்.

எங்கள் தெருவின் சாக்கடை ஓரமாகத் தொடங்கும் விளையாட்டு, சாக்கடையின் தடத்திலேயே தொடர்ந்து பல தெருக்களுக்குச் செல்லும். கோண்டுவைத் தவிர என்னைக் குழுவினர் யாருக்கும் பிடிக்காது. ஏனென்றால் என்னிடம்தான் ஆக அதிகமான பளிங்கிகள் இருந்தன. அத்தனையும் விளையாட்டில் ஜெயித்துச் சுயமாகச் சம்பாதித்தது. மோத்தாப் பளிங்கி, நசுவினிப் பளிங்கி, தண்ணிப் பளிங்கி எனப் பலவகைப் பளிங்கிகள் எனது சேமிப்பில் இருந்தன. விளையாடும்போது எனது சீருடைச் சட்டையைச் சற்று ஏற்றிச் சுருட்டி முன்பக்கம் முடிந்து கொள்வேன். எனது இந்த கோலத்தைப் (அலங்கோலத்தை) பார்த்த அம்மா மீண்டும் அப்பாவிடம் புகார் அளித்தார். "ரௌடி மாதிரிச் சட்டையைச் சுருட்டி விட்டுகிட்டுத் தெருவுல நிக்கிறா. ஆம்பளைப் புள்ளையாப் பொறக்க வேண்டியவ தப்பித் தவறிப் பொம்பளைப் புள்ளையாப் பொறந்து என் உசுரை வாங்குறா" போன்ற முறையீடுகள் எல்லாம் அப்பாவிடம் செல்லுபடியாகவில்லை.

அப்பா கொடுத்தத் தைரியத்தால் எனது பளிங்கி விளையாட்டு சுமூகமாகச் சென்றது. ஒரு பெரிய தகர டப்பாவில் இருந்த எனது சேமிப்பில் பளிங்கிகளின் எண்ணிக்கை கூடிக்கொண்டே போனது. எனது சேமிப்பைப் பார்க்கத் தெருவில் குடியிருந்த மற்ற நண்டுசிண்டுகள் அதிகம் விரும்பினர். அதனால் தினமும் விளையாடி முடித்து திண்ணைக்குத் திரும்பிய பிறகு அவர்கள் முன் சேமிப்பைக் காட்சிப்படுத்துவது எனது வழக்கமானது. அந்த இடத்தில் எனக்கு உருவான கதாநாயகி அந்தஸ்து என் பளிங்கிக் குழுவினரிடம் இன்னும் அதிக எதிர்ப்பை ஈட்டிக் கொடுத்தது.

அப்படி வேடிக்கை பார்க்க வந்த நண்டுசிண்டுகளில் எனது வயதை ஒத்த ரேணுகாவும் ஒருத்தி. அவளுக்கும் என்னைப் போல் பளிங்கி விளையாடக் கொள்ளை ஆசை. ஆனால் அவள் அப்பா மிகவும் கண்டிப்பானவர். அவருக்குப் பயந்து

தெருவில் இறங்கவே மாட்டாள். நான் பள்ளிவிட்டு வந்தவுடன் எங்கள் வீட்டுத் திண்ணைக்கு வந்துவிடுவாள். நான் விளையாடி முடித்துவரும் வரைக்கும் எனது பளிங்கி டப்பாவைப் பத்திரமாகப் பார்த்துக்கொள்ளும் பொறுப்பை அவளிடம்தான் கொடுத்திருந்தேன். தினமும் டப்பாவில் இருக்கும் பளிங்கிகளை எண்ணுவதும் வைரத்தின் தகுதியைச் சோதிப்பவர்களைப் போலப் பளிங்கியைக் கண்ணருகே வைத்து பார்த்துப்பார்த்து ரசிப்பதும் எங்கள் இருவருடைய தினசரி வழக்கம். பளிங்கிகள் எங்களை மிகவும் வசீகரித்தன.

ஒவ்வொரு பளிங்கியும் ஒரு குட்டி உலக உருண்டையாய் எங்களுக்குக் காட்சி அளித்தன. அதற்குள் புகுந்து எங்களுக் கான மாயக்கதைகளை உருவாக்கினோம். இப்படிப் பேசிக் கொண்டிருப்பது இருவருக்கும் பிடித்தமான பொழுதுபோக்காக இருந்தது. என்னைவிட ரேணுகா பளிங்கி டப்பாவின்மீது உயிரையே வைத்திருந்தாள். அதற்காகவும் எனக்காகவும் என்ன வேண்டுமானாலும் செய்யத் தயாராக இருந்தாள். நான் தெருத் தெருவாகச் சுற்றிப் பளிங்கி விளையாடிவிட்டுத் திரும்பும் போதெல்லாம் எனக்காக என் வீட்டுப்பாடங்களைச் செய்து வைத்தாள். பளிங்கிமீது இருந்த அதீத மோகத்தால் அவளிடம் வீட்டுப்பாடத்தைச் செய்யக் கொடுப்பது தவறு என்பது எனக்குத் துளிகூட உறைக்கவே இல்லை.

இப்படியாக என்னைத் தினமும் மகிழ்ச்சியின் உச்சத்தில் வைத்திருந்த பளிங்கி உலகம் ஒருநாள் வெடித்துச் சிதறுமென நான் நினைத்துப் பார்க்கவே இல்லை. அந்த நாள் எனது வாழ்வின் இருண்ட நாள். அன்று மாலை அப்பா ஏதோ ஒரு காரணத்தால் அலுவலகத்திலிருந்து வழக்கத்தை விடச் சீக்கிரமாகவே வீடு திரும்பிவிட்டார். வந்தவர் ரேணுகா திண்ணையில் அமர்ந்து ஏதோ மும்முரமாக எழுதிக்கொண்டிருப்பதைப் பார்த்திருக்கிறார். என்னைப் பற்றிக் கேட்டிருக்கிறார். அதற்கு ரேணுகா "அவ பளிங்கி விளையாடப் போய்ட்டா மாமா. அவளோட வீட்டுப்பாடத்தை என்னைச் செய்யச் சொன்னா. அதான் செஞ்சுகிட்டு இருக்கேன்" என்று சொல்லி இருக்கிறாள். தினமும் அவள்தான் எனக்காக வீட்டுப் பாடம் செய்கிறாள் என்பதை அறிந்த அப்பா ருத்ரமூர்த்தியாக மாறி இருந்தார்.

நான் வழக்கம்போல் விளையாட்டில் வெற்றிவாகை சூடி அழுக்குச் சீருடையும் பரட்டைத் தலையுமாகப் போனபோது திண்ணையில் ரேணுகாவைக் காணவில்லை. நண்டு சிண்டுகளையும் காணவில்லை. வீடு திறந்திருந்தது. அப்பாவைப் பார்த்தவுடன் மிகவும் உற்சாகமாக "அப்பா! நான் இன்னைக்கு அஞ்சு பளிங்கி ஜெயிச்சேன்பா. அதுல மூணு மோத்தாப் பளிங்கி. மூத்திரக்குண்டி சேகர் என்கிட்ட எல்லாப் பளிங்கியையும் தோத்துட்டான். அழுதுகிட்டே வீட்டுக்கு ஓடிட்டான்பா" என்று சொல்லிச் சிரித்தேன். அப்பாவிடமிருந்து எந்த எதிர்வினையும் இல்லை. தரையில் சப்பணமிட்டு அமர்ந்து டப்பாவில் இருந்த பளிங்கியை எண்ணப்போன என்னிடம் "அதை எடுத்து வச்சுட்டு மொதல்ல போயி மூஞ்சி கை கால் கழுவிட்டு வா!" என்றார் அப்பா.

அப்பா சொன்னதை அலட்சியப்படுத்திய நான் "எண்ணிட்டுப் போறேன்பா" என்று சொல்லிக்கொண்டே டப்பாவைத் திறந்தேன். "இப்ப போகப் போறியா இல்லையா?" என்று அவர் பயங்கரமாகச் சத்தம் போட்டவுடன்தான் அவர் கோபமாக இருக்கிறாரென்பது எனக்குப் புரிந்தது. டப்பாவை அங்கேயே வைத்துவிட்டு எழுந்து சென்று அழுக்குச் சீருடையை மாற்றினேன். பிறகு கொல்லைப்புறத்திற்குச் சென்று முகம், கை, கால் அலம்பிவிட்டுத் திரும்பியபோது அம்மா வந்திருந்தார். "திங்க என்னம்மா இருக்கு?" என்று கேட்டவாறு மீண்டும் பளிங்கி டப்பாவின் அருகில் சென்று அமர்ந்தேன். அதைப் பார்த்த அப்பா "வீட்டுப்பாடம் செஞ்சுட்டியா?" என்று கேட்டார். எனக்கு ஆச்சர்யமாக இருந்தது. அம்மாவுக்கும் அதே ஆச்சர்யம் வந்திருக்க வேண்டும். ஏனென்றால் அப்பா என்னை ஒருபோதும் "படி! படி!" என்று நச்சரித்ததே கிடையாது. அப்பாவைப் பொறுத்தவரைப் படிப்பு சந்தோஷமாக இருக்க வேண்டும், சங்கடமாக மாறிவிடக்கூடாது என்ற கொள்கை உடையவர். வீட்டுப்பாடம் பற்றி அவர் கேட்டவுடன் சிறிதும் தயங்காமல் "முடிச்சிட்டேன்பா" என்றேன். "அப்படியா! நோட்டுக்கை எடு" என்று அப்பா சொன்னவுடன் நான் ஏதோ தப்பு செய்திருக்கிறேன் என்பதை அம்மா புரிந்துகொண்டிருக்க வேண்டும். அப்பாவுக்குக் கோபம் வந்தால் தலையில்தான் அடிப்பார் என்பதால் அதிலிருந்து என்னைப் பாதுகாக்க அம்மா என் அருகே வந்து நின்றுகொண்டார்.

நான் பள்ளிப்பையைத் திறந்து என் வீட்டுப்பாட நோட்டை எடுத்து அப்பாவிடம் நீட்டினேன். அதை வாங்கிப் பார்த்தவர் "நீயா எழுதுனே?" என்று கேட்டார். "ஆமாம்பா" என்று சொல்லிவிட்டுப் பளிங்கி டப்பாவைக் கையில் எடுத்தேன். கையிலிருந்த நோட்புக்கை வீசி எறிந்த அப்பா கண் இமைக்கும் நொடியில் என் கையைப் பிடித்து இழுத்து முதுகில் ஓங்கி ஓர் அடி வைத்தார். அம்மா மட்டும் தடுக்காமல் இருந்திருந்தால் இன்னும்கூட அடிகள் விழுந்திருக்கும். முதுகில் பதிந்த அப்பாவின் ஐந்து விரல்களும் அதீத எரிச்சலை உண்டாக்கின. நான் ஓவென்று அழுதுகொண்டே எதற்காக என்னை அடிக்கிறார் என்ற குழப்பத்துடன் அவரைப் பார்த்தேன்.

"நீ படி, படிக்காம நாசமாப் போ! அதைப்பத்தி எல்லாம் எனக்குக் கவலை இல்லை. திருட்டுத்தனம், பொய் இதெல்லாம் வச்சுகிட்டே கொன்னு பொதைச்சுடுவேன்" என்று அப்பா காட்டுக்கத்தல் கத்தினார். "என்னாச்சுங்க?" என்று அம்மா கேட்டவுடன் அப்பா ரேணுகாவைப்பற்றிச் சொன்னபோதுதான் நான் என்ன தவறு செய்திருக்கிறேன் என்பதே எனக்குப் புரிந்தது. அம்மா சும்மா இருக்காமல் "பொழுதன்னைக்கும் பளிங்கி அடிச்சுகிட்டுத் தெருவுலதான் நிக்கிறா. நான்தான் தலைப்பாடா அடிச்சுகிறேன். யாரு கேட்கிறா. நீங்க கொடுக்கிற எடம்" என்று அவர் பங்குக்குச் சொல்லப்போக என் கையிலிருந்த பளிங்கி டப்பாவை வெடுக்கென்று பிடுங்கிய அப்பா கொல்லைப்புறம் நோக்கி நடந்தார். "அப்பா! பளிங்கிப்பா! பளிங்கிப்பா!" என்று அழுதுகொண்டே நான் பின்னால் ஓடினேன். "இதானே திருட்டுத்தனம் செய்யச் சொல்லுது, இதானே பொய் சொல்லச் சொல்லுது" என்று சொல்லிக்கொண்டே சென்ற அப்பா பளிங்கி டப்பாவைக் கிணற்றுக்குள் போட்டார்.

ஓடிச்சென்று கிணற்றை எட்டிப்பார்த்தேன். கிணறு 'ப்ளக்! ப்ளக்!' என்ற சத்தத்துடன் எனது பளிங்கி டப்பாவை விழுங்கி ஏப்பமிட்டது. நானும் கிணற்றுக்குள் குதித்துவிடலாமா என ஒரு கணம் யோசித்தேன். பயமாக இருந்ததால் அந்த எண்ணத்தைக் கைவிட்டேன். சத்தம் போட்டு அழ ஆரம்பித்தேன். எங்களைக் காப்பாற்றெனக் கிணற்றுக்குள்ளிருந்து குரல் கொடுத்த பளிங்கிகளைக் காப்பாற்ற முடியாமல் கையறு நிலையில் அழுதேன். கிணற்றுக்குள் நான் சொரிந்த கண்ணீர்த் துளிகள் ஒவ்வொன்றும் பளிங்கியாகமாறி மூழ்கிய பளிங்கிகளை அரவணைத்து ஆறுதல் சொல்லுமென்று திடமாக நம்பினேன்.

அப்பாவிடம் மாட்டிவிட்ட ரேணுகா, இந்தச் செய்தியைக் கேட்டு விழுந்து விழுந்து சிரிக்கப்போகும் பளிங்கிக் குழுவினர், இனிமேல் கதாநாயகியைக் கண்டுகொள்ளாமல் போகப்போகும் நண்டுசிண்டுகள் என அனைவரும் கண்முன் வந்து சென்றனர். அனைவர் மீதும் அளவில்லா கோபம் வந்தது. முந்திய நாள் கணக்கின்படிச் சேமிப்பில் கிட்டத்தட்ட இருநூறு பளிங்கிகள் இருந்தன என்பது நினைவுக்கு வந்தபோது அழுகை கூடியது. அம்மா வந்து கூப்பிட்டபோது பளிங்கி டப்பா வேண்டுமென்று உரக்கக் கத்தினேன். எதுவும் பேசாமல் அம்மா உள்ளே சென்றுவிட்டார்.

நான் பளிங்கி விளையாட முழு ஆதரவு அளித்த அப்பா இப்படி ஒரு காரியத்தைத் செய்ததை என்னால் தாங்கிக்கொள்ளவே முடியவில்லை. அப்பாவுடன் இனிமேல் பேசவே கூடாதென முடிவு செய்தேன். கிணற்றுக்குள் பூதம் இருக்குமென்று அம்மாச்சி சொன்ன கதைகளில் கேட்டிருந்ததால் இரவு நெருங்க நெருங்கக் கிணற்றடி பயமுறுத்தியது. எவ்வளவு அழுதாலும் எனது பொக்கிஷம் ஒருபோதும் திரும்ப வராது என்பதும் புரிந்தது. எழுந்து வீட்டுக்குள் சென்றேன். என்னுடைய வண்ண மயமான குட்டிக் குட்டி உலக உருண்டைகளை விழுங்கி ஏப்பம்விட்ட கிணற்றுப்பூதம் அடுப்படியில் அமர்ந்து அம்மா சுட்டுப் போட்டுக் கொண்டிருந்த தோசைகளைத் தின்று கொண்டிருந்தது. இப்போதும் என் கனவுகளில் உருண்டோடி வரும் பளிங்கிகளை முழுங்கிய, எனது வசீகரமான உலகத்தை வன்முறையாய்ப் பறித்துக்கொண்ட அந்தக் கிணற்றுப்பூதத்தை என்னுள் வாழும் குட்டிச் சிறுமியால் ஒருபோதும் மன்னிக்கவே முடிந்ததில்லை.

மீசைக்காரப் போலீஸ்காரன்

பன்னிரண்டாம் வகுப்புப் பொதுத்தேர்வு முடிந்து விடுமுறையில் வீட்டிலிருந்த நாட்கள் அவை. ஆசிரியையாகப் பணிபுரிந்த அம்மா காலையிலேயே சமையலை முடித்து வைத்துவிட்டுப் பள்ளிக்குக் கிளம்புவார். சோறு வடிக்கும் வேலை மட்டும் என்னுடையதாக இருந்தது. அப்பா, அம்மா இருவரும் மதிய உணவிற்கு வீட்டிற்கு வருவார்கள். அப்பா மதிய உணவிற்குப் பிறகு ஒரு குட்டித்தூக்கம் போட்டுவிட்டுத்தான் அலுவலகத்திற்குக் கிளம்பிச் செல்வார்.

சாப்பிடுவதில் இருக்கும் ஆர்வமும் விருப்பமும் சமையலில் எனக்கு ஒருபோதும் இருந்ததில்லை. சோறு வடிப்பதென்பது என்னைப் பொறுத்தவரை பெரிய சவாலான பணி. அப்பாவுக்குக் குக்கரில் வைக்கும் சோறு பிடிக்காது என்பதால் சோறு வடிப்பதிலிருந்து என்னால் தப்பிக்க முடிந்ததில்லை. அம்மா அளந்து வைத்துவிட்டுச் சென்றிருக்கும் அரிசியைக் களைந்து, பிறகு கொதிக்கும் நீரில் போடுவது வரை எளிதாகத்தான் இருக்கும். ஆனால் அதைச் சரியான பதத்தில் வடிப்பதுதான் பெரிய தலைவலி. அப்பாவுக்குச் சோறு நன்கு வெந்திருக்க வேண்டும். அம்மாவுக்குச் சற்று விறையாக இருக்க வேண்டும்.

சற்று முன்னே பின்னே இருந்தால் அம்மா பொறுத்துக்கொண்டு சாப்பிட்டுவிடுவார். ஆனால் முன்கோபியான அப்பாவோ "கம்னாட்டிப் பய மவ! சோத்தை ஒழுங்கா வடிக்கத் தெரியுதா?"

என்று வசைபாடிவிட்டுச் சோற்றிலேயே கை கழுவிவிட்டு எழுந்து சென்றுவிடுவார். முன் கோபம், கோபத்தில் சகட்டுமேனிக்குக் கெட்ட வார்த்தைகள் பேசுவது எல்லாம் அப்பாவிடமிருந்து நான் கற்றுக்கொண்ட மோசமான பாடங்கள். அப்பாவின் கெட்ட வார்த்தைகளில் மிகப் பிரபலமானது 'கம்னாட்டிப் பய மவ'. "எங்களைத் திட்டாம ஏம்மா அவரையே கம்னாட்டின்னு திட்டிக்கிறாரு" என்று அம்மாவிடம் கேட்டு நானும் எனது தங்கையும் விழுந்துவிழுந்து சிரிப்பதுண்டு.

அன்று ஏதோ ஓர் அவசரத்தில் கொஞ்சம் இல்லை, இல்லை அதிக விறையாகவே சோற்றை வடித்துவிட்டேன். வழக்கம்போல் அப்பா அவரையே பலமுறை திட்டிக்கொண்டார். ஆனால் அன்று அதிகம் பசித்திருக்கும் போல, வேண்டா வெறுப்பாகச் சோற்றை விழுங்கிவிட்டு உறங்கச் சென்றார். சாப்பிட்ட பாத்திரங்களை ஒதுங்க வைத்துக் கொண்டிருந்தபோது வீட்டின் காம்பவுண்ட் கிரில் கதவை யாரோ திறக்கும் சத்தம் கேட்டது. அடுப்படியிலிருந்து எட்டிப் பார்த்தேன். எதிர்வீட்டில் குடியிருக்கும் விக்ரம் அம்மா வந்துகொண்டிருந்தார். ஹாலைத் தாண்டி என்னிடம் வந்தவர் "அழகு! அப்பாவை எழுப்பு சீக்கிரம்" என்றார்.

சாப்பாட்டில் குறை இருந்தாலே எரிந்துவிழும் அப்பா தூக்கத்தில் எழுப்பினால் அவ்வளவுதான். எழுப்பியவர்களைப் பார்வையாலேயே எரித்துவிடுவார். அப்போது அவர் தரும் சாபங்களிலிருந்து மீள விமோசனமே கிடையாது. அந்தப் பயத்தில் "இப்பதான் அப்பா சாப்ட்டுப் படுத்தாங்க. அசந்து தூங்குறாங்க. என்ன விஷயம்னு சொல்லுங்க. அப்பா எழுந்தப்புறம் நான் சொல்லிடுறேன்" என்று நான் சொன்னவுடன் "ஐயோ! அவசரம் புரியாமப் பேசுறியே. சீக்கிரம் எழுப்பு" என்று பல்லைக் கடித்தார் விக்ரம் அம்மா.

அவரது பிடிவாதமும் முகபாவமும் ஏதோ முக்கியமான விஷயம் இருக்கிறதென்பதை எனக்கு உணர்த்தின. அப்பாவின் குறட்டைச் சத்தம் ஹால் முழுதும் ஒலித்துக்கொண்டிருந்தது. நான் "அப்பா! அப்பா!" என்று மெல்ல அழைத்தவுடன் சட்டென்று எழுந்து உட்கார்ந்தார். கண்கள் சிவந்திருந்தன. என்னைப் பார்த்தார். என்ன என்று அதட்டும் குரலில் அவர் கேட்டவுடன் சாபம் விடுவதற்குள் விஷயத்தைச் சொல்லிவிட

வேண்டுமென்ற பதற்றத்தில் “விக்ரம் அம்மா வந்திருக்காங்க” என்று அடுப்படியைச் சுட்டிக்காட்டினேன்.

அவரைப் பார்த்தவுடன் “வாங்க!” என்று புன்னகையுடன் வரவேற்றவர் விரைந்து எழுந்து கொல்லைப்புறத்திற்குச் சென்றார். அங்கு அவர் வாய் கொப்பளிக்கும் சத்தம் கேட்டது. குறட்டைவிடுதல், வாய் கொப்பளித்தல், செய்தித்தாள் வாசித்தல் போன்ற விஷயங்களில் அப்பா போடும் சத்தத்தின் அளவு மனிதக் காதுகளால் தாங்கிக்கொள்ள இயலாத டெசிபலில் இருக்கும். கழுவிய முகத்தைத் தேங்காய்ப்பூத் துண்டால் துடைத்துக்கொண்டே உள்ளே வந்தவர் என்ன விஷயம் சொல்லுங்க என்றார். விக்ரம் அம்மா பதற்றத்துடன் நடந்ததை விவரித்தார்.

“வீட்ல அவரு இல்லை. வேலை விஷயமா ஊருக்குப் போயிருக்காரு. காலையில திருத்துறைப்பூண்டியிலேந்து (விக்ரம் அம்மாவின் சொந்த ஊர்) என் தம்பி ஒருத்தன் வந்திருந்தான். தூரத்து ஒறவு. ஒண்ணுவிட்ட சித்தப்பா பையன். எந்த வேலை வெட்டிக்கும் போகாம ஊர் சுத்திகிட்டுத் திரியிறான். எப்பவாவது இங்க வருவான். வந்துட்டுப் போறப்பெல்லாம் அவருக்குத் தெரியாமக் கைச் செலவுக்கு ஏதாவது காசு கொடுத்தனுப்புவேன். இன்னைக்குக் காலையில வந்தவன் இருந்து சாப்ட்டுப் போறன்க்கான்னு சொன்னான். பார்க்கப் பாவமா இருந்துச்சு. வாய்க்கு ருசியாச் சமைச்சுப் போட்டேன். கிளம்புனப்ப எப்பவும் போலக் கொஞ்சம் காசும் கொடுத்தேன். அவன் போன பெறகுதான் கவனிச்சேன். நேத்து சாயந்திரம் கோயிலுக்குப் போய்ட்டு வந்து பெட் ரூம் மேசையில கழட்டி வச்ச நகைகளைக் காணலை. என்ன செய்றதுன்னு புரியலை. அவருகிட்ட எப்படிச் சொல்லப்போறேன்னும் தெரியலை” என்று அவசர அவசரமாகச் சொல்லி முடித்த விக்ரம் அம்மாவின் குரலிலிருந்து அவர் இன்னும் சற்று நேரத்தில் அழுதுவிடுவாரென்பது அப்பட்டமாகத் தெரிந்தது.

கிட்டத்தட்டப் பத்துப் பவுன் இருக்குமென்று விக்ரம் அம்மா சொன்னவுடன் “நல்லா தேடிப் பாத்திங்களா? அவன்தான் எடுத்தான்னு நல்லாத் தெரியுமா? வீணா ஒருத்தர் மேலப் பழிபோடக்கூடாது. அப்புறம் எல்லாருக்கும் கஷ்டமாப் போயிடும். சொந்தம்னு வேற சொல்றீங்க” என்றார் அப்பா.

வீடு முழுதும் தேடிப் பார்த்துவிட்டதாகவும் தம்பி வருவதற்கு முன்புகூட மேசையில் நகைகளைப் பார்த்ததாகவும் உறுதியாகச் சொன்னார் விக்ரம் அம்மா. “சரி. இப்ப நான் என்ன பண்ணணும்?” என்று அப்பா கேட்டவுடன் “அவன் இப்பதான் கௌம்பிப் போனான். நீங்க அவனைக் கூட்டிட்டு வந்து விசாரிக்கணும்” என்றார். அவர் அப்படிச் சொன்னதற்கு ஒரு முக்கியக் காரணமிருந்தது.

அப்பா கம்பீரமான மீசைக்குச் சொந்தக்காரர். கருகருவென்ற அடர்த்தியான மீசையை இரண்டு புறமும் முறுக்கிவிட்டிருப்பார். எனக்கு அப்பாவின் மீசை ரொம்பப் பிடிக்கும். குறிப்பாக அதை அவர் பராமரிப்பதை வேடிக்கை பார்ப்பதென்பது இன்னும் பிடித்தமானது. அதற்கென்று ஒரு சீப்பு வைத்திருப்பார். அதைக் கொண்டு மெல்லச் சீவிப் பிறகு ஒரு குழந்தையைத் தடவிக்கொடுப்பதுபோல் மென்மையாகத் தடவிக்கொடுப்பார். பின்பு இருபுறத்திலும் சம அளவில் முறுக்கி விடுவார். அப்படி முறுக்கிவிடும்போது அவரிடம் வெளிப்படும் கம்பீரம் எனக்கு மிகவும் உவப்பானது. அதனாலோ என்னவோ எனது பருவ வயதில் மீசை இல்லாத ஆணைத் திருமணம் செய்யக்கூடாதென முடிவெடுத்தேன்.

அப்பா திருமணத்துக்கு முன்பு குன்னூரில் பணிபுரிந்தபோது அவரது அலுவலகத்திற்கு அருகிலிருந்த கான்வென்ட்டில் படித்த குழந்தைகள் ‘Moustache Uncle’ என்றுதான் அப்பாவை அழைப்பார்களாம். திருமணம் முடிவானபோது அப்பா வீட்டில் பெரிதாகச் சொத்து ஏதும் இல்லாத காரணத்தால் அம்மா வீட்டு உறவினர்கள் கவர்ன்மெண்ட் வேலைக்காகவும் மீசைக்காகவும்தான் பொண்ணைக் கொடுக்கிறோமென்று சொன்னார்களாம். பட்டுக்கோட்டையில் அப்பா டி.வி.எஸ் சுசுகியில் போகும்போது போலீஸ்காரர்களே சல்யூட் அடித்ததும் “காசெல்லாம் ஒண்ணும் வேண்டாம் சார்” என்று நடைபாதை வியாபாரிகள் சொன்னதும் அப்பாவின் மீசையால் நிகழ்ந்த சம்பவங்களாகும். நான் கல்லூரியில் படித்த காலத்தில் என் ஆண் நண்பர்களில் சிலர் “ஒங்க அப்பா எம்.எல்.ஏவா?” என்று கேட்டதுண்டு. இப்படியாக அப்பாவின் மீசை அவருக்குப் பலவித அடையாளங்களைப் பெற்றுத் தந்திருந்தது.

அப்பா விசாரித்தால் போலீஸ் என்று எண்ணித் தம்பி உண்மையைச் சொல்லக் கூடுமென்று விக்ரம் அம்மா உறுதியாக

நம்பினார். அடையாளம் காட்ட விக்ரமைச் சுசுகி வண்டியில் அழைத்துச்சென்ற அப்பா ஒரு மணி நேரத்தில் விக்ரமின் மாமா குமரேசனுடன் திரும்பினார். என்ன சொல்லி அழைத்து வந்திருப்பார் என்பதை யோசித்தவாறு நான் எங்கள் வீட்டு வாசலில் நின்றிருந்தேன். குமரேசனை விக்ரம் வீட்டுக்குள் போகச் சொன்ன அப்பா விக்ரமை அழைத்துக்கொண்டு என்னை நோக்கி வந்தார். "அழகப்பா! விக்ரமைக் கூட்டிகிட்டு உள்ள போடா. நான் பேசிட்டு வர்றேன்" என்றார். அப்பா எப்படி விசாரிக்கப்போகிறார் என்பதைப் பார்க்கும் ஆசையில் "நாங்களும் வர்றோம்பா" என்றேன். "வேணாம்டா. சின்னப் பசங்க முன்னாடி வச்சுக் கேட்டால் அந்தப் பையன் ஏதாவது ஃபீல் பண்ணலாம்" என்று சொல்லிவிட்டுச் சென்றுவிட்டார்.

ஒருபுறம் விக்ரம் வீட்டில் என்ன நடக்கிறதென்று அறிந்து கொள்ளும் ஆவலும் மறு புறம் கோபம் தலைக்கேறினால் அப்பா கைநீட்டிவிடுவாரே என்ற அச்சமும் எனக்குள் ஓடிக்கொண்டிருந்தது. ஒரு மணி நேரத்துக்குப் பிறகு அப்பாவின் வண்டிச் சத்தம் கேட்டது. நானும் விக்ரமும் வாசலுக்கு ஓடினோம். அப்பா குமரேசனை வண்டியில் அமர வைத்து எங்கோ அழைத்துச் சென்று கொண்டிருந்தார். விக்ரம் அம்மா எங்களை நோக்கி வந்தார். "என்னாச்சு?" என்று நான் கேட்டவுடன் "நான்தான் சொன்னேனே. அவன்தான் எடுத்திருக்கான். ஒத்துக்கிட்டான்" என்று கூறி நகைகள் கிடைத்துவிட்ட மகிழ்ச்சியில் புன்னகைத்தார். பிறகு "அவனை ஊருக்குப் பஸ் ஏத்திவிட அப்பா கூட்டிட்டுப் போறாங்க" என்று சொல்லிவிட்டு விக்ரமை அழைத்துக்கொண்டு வீட்டுக்குச் சென்றார்.

அரைமணி நேரம் கழித்து வீடு திரும்பிய அப்பாவிடம் "என்ன சொல்லிப்பா அவரைக் கூட்டிட்டு வந்தீங்க?" என்று கேட்டேன். "பஸ் ஸ்டாண்டு போற ரோட்டுல வேக, வேகமா நடந்து போய்க்கிட்டிருந்தான். வண்டியை அவன் பக்கத்துல கொண்டு போயி நிறுத்திட்டு ஏறுப்பான்னு சொன்னேன். விக்ரமைப் பார்த்தான். என்னைப் பார்த்தான். அப்புறம் எதுவும் பேசாமல் ஏறி உட்கார்ந்துட்டான்" என்றார் அப்பா. நகையைப் பற்றி விசாரித்தபோது "ஒன் வீட்ல ஒரு வாயி சாப்பிட்டுப் போகலாம்னு வந்தேன். என்னைப் போயி சந்தேகப்படுறீயேக்கா" என்று முதலில் உரக்கப் பேசிய

குமரேசன் "இங்க பாருங்க தம்பி! அவங்க சொந்தக்காரரா இருக்கீங்களேன்னுதான் மரியாதையாக் கேட்டுக்கிட்டு இருக்கேன். வேற ஒருத்தனா இருந்தா எப்பவோ ரெண்டு இழுப்பு இழுத்திருப்பேன்" என்று அப்பா கோபமாகச் சொன்னவுடன் உண்மையை ஒத்துக்கொண்டிருக்கிறார். அதன்பிறகு இடுப்பில் வேட்டியில் சுருட்டி வைத்திருந்த நகையை எடுத்துக் கொடுத்திருக்கிறார்.

"அப்பா! அவரு ஒங்களைப் போலீஸ்ன்னு நெனச்சிட்டாரு போல" என்று சொல்லி நான் புன்னகைத்தவுடன் "ஆமாம்டா. உண்ட வீட்டுக்கு இப்படி இரண்டகம் பண்ணலாமா?"ன்னு நான் கேட்டதுக்கு "தப்புதான் சார். ஏதோ புத்தி கெட்டுப்போயி இப்படிப் பண்ணிட்டேன். ரெண்டு அடி வேணாலும் அடிச்சிருங்க சார். ஆனால் ஸ்டேஷனுக்கெல்லாம் வேண்டாம் சார்ன்னு கெஞ்சுறான்" என்றார் அப்பா. அதைக் கேட்டவுடன் எனக்குப் பயங்கர சிரிப்பு வந்தது. அன்று மாலை அம்மாவிடம் நடந்த அனைத்தையும் நான் சொன்னபோது "இதுக்கெல்லாம் ஒண்ணும் கொறைச்சலில்லை. என் நகையைக் கோட்டை விட்டுட்டு ஊரார் வீட்டு நகையெல்லாம் கண்டுபிடிச்சுச் கொடுக்கிறாரு. ஒங்கப்பனை நீதான் மெச்சிக்கணும்" என்று எரிந்து விழுந்தார் அம்மா.

அம்மாவின் இந்த எரிச்சலுக்கும் கோபத்திற்கும் ஒரு பின்புலம் இருக்கிறது. அம்மா கொண்டு வந்த பதினாறு பவுன் நகைகளை "திருமணத்திற்காக வாங்கிய கடனை அடைக்க வேண்டும், அடகு வைத்துவிட்டுப் பிறகு மீட்டுக் கொடுத்துவிடுகிறேன்" என்று சொல்லிப் பெரியப்பா அப்பாவிடம் கேட்டிருக்கிறார். திருமணத்தன்று மட்டுமே போட்டிருந்த புத்தம்புது நகைகளை அம்மாவும் அப்பாவின் பேச்சை நம்பிக் கழற்றி கொடுத்திருக்கிறார். ஆனால் பெரியப்பாவோ அப்பாவிடம் தெரிவிக்காமல் மொத்த நகைகளையும் விற்றுவிட்டார். அதிலிருந்து அம்மாவுக்கு அப்பாவுக்குமிடையே எந்தச் சண்டை சச்சரவு வந்தாலும் பதினாறு பவுன் பற்றிய பேச்சு வராமல் இருக்காது. சண்டை முடிந்து சமாதானம் ஆன பிறகு "பதினாறு பெற்றுப் பெருவாழ்வு வாழுன்னு சொல்லுவாங்க. ஆனால் நான் பதினாறைக் கொடுத்துட்டு ஒங்கம்மாகிட்டப் படாத பாடுபடுறேன்" என்று சொல்லிச் சிரிப்பார் அப்பா.

நான் ஏற்கனவே குமரேசன் விஷயத்தைச் சொல்லிவிட்டதையும் அம்மாவின் எரிச்சலையும் அறியாத அப்பா "தமிழ்! இன்னைக்கு நடந்த கூத்தைக் கேளு. என் மீசையைப் பார்த்துப் போலீஸ்காரன்னு நெனைச்சுட்டான் ஒருத்தன்" என்று பீற்றிக்கொள்ள "என்னோட பதினாறு பவுனு நகை ஒட்டுமொத்தமாக் காணாமப் போச்சே அப்ப எங்க போனான் இந்தப் போலீஸ்காரன்" என அம்மா சுருக்கென்று கேட்டார். நான் அப்பாவின் முகத்தைப் பார்த்தேன். மீசையின் முறுக்கல் சற்றுத் தொய்ந்தாற் போலிருந்தது.

காணாச் சினத்தான்

அந்த வருடம் என்னை எல்.கே.ஜியில் சேர்த்திருந்தார்கள். வீட்டு வேலைகளைச் செய்யவும் என்னைக் கவனித்துக் கொள்ளவும் பதினான்கு வயதான சக்தி என்ற பெண்ணை அம்மா வேலைக்கு வைத்திருந்தார். மதுரைப் பக்கமிருந்து பஞ்சம் பிழைக்க வந்த சக்தியின் குடும்பத்தினர் அம்மாச்சி வீட்டில் விவசாயக் கூலிகளாகத் தங்கியிருந்தனர். சக்தி மட்டும் பட்டுக்கோட்டையில் எங்களுடன் இருந்தாள். சக்தி பாவாடை சட்டை போட்டுக்கொண்டு பார்ப்பதற்குப் பிராமணப் பெண் போல நல்ல நிறமாகவும் அழகாகவும் இருப்பாள். என்னை இடுப்பை விட்டுக் கீழே இறக்க மாட்டாள். எங்கு போனாலும் தூக்கிக்கொண்டே திரிவாள். அவளது இடுப்பிலேயே செட்டில் ஆகிவிடுவேனோ என்ற பயத்தில் இரண்டரை வயதாகும்போதே என்னைப் பள்ளியில் சேர்த்துவிட்டார்கள்.

பட்டுக்கோட்டை சின்னக் கடை வீதியில் அரசி புத்தக நிலையம் என்று ஒரு புத்தகக் கடை இருந்தது. அது ஒன்றுதான் அப்போதிருந்த பெரிய புத்தகக் கடை. அதை ஒட்டியது போல் குறுகலாகச் செல்லும் மாடிப்படிகளில் ஏறினால் அங்குதான் பி.டி.சி என்ற எனது பாலர் பள்ளி இருந்தது. பி.டி.சியின் விரிவாக்கம் இப்போது நினைவில் இல்லை. அதைப் பள்ளி என்று சொல்வது தவறு. அது ஒரு குட்டிச் சிறைச்சாலை. படிகளில் ஏறியவுடன் பெரிய இரும்பாலான

கிரில் கதவு இருக்கும். அதைத் திறந்து உள்ளே சென்றால் ஒரு நீண்ட அறை மட்டும்தான். கழிவறை வசதி கூடக் கிடையாது. அவசரமென்றால் கீழ்த்தளத்திற்குத்தான் ஓட வேண்டும். அந்த இரும்பு கிரில் கதவு இன்றும் என் கனவில் வந்து பயமுறுத்தும் விஷயங்களில் ஒன்றாகும். அந்த நீண்ட அறையில் எல்.கே.ஜி, யூ.கே.ஜி மாணவர்கள் அனைவரும் ஒன்றாக அமர்ந்திருப்போம். அனைவருக்கும் ஒரே ஆசிரியை. அவர் பெயர் சாந்தி. அவருக்கு ஒரு கால் சற்று ஊனமாக இருக்கும். உந்தி உந்தித்தான் நடப்பார். அவருக்கு உதவி செய்ய ஆயாம்மா ஒருவர் இருந்தார்.

அப்போது நாங்கள் நேரு நகரில் வாடகை வீட்டில் குடியிருந்தோம். அங்கிருந்து பள்ளி சற்றுத் தொலைவு என்பதால் என்னை அழைத்துப் போக ஒரு ரிக்சா ஏற்பாடு செய்திருந்தார்கள். அந்த ரிக்சாக்காரரின் பெயர் பாண்டியன். பி.டி.சியில் படிக்கும் குழந்தைகளுக்காகவே அவர் பிரத்யேகமாக ஒரு டிரிப் அடிப்பார். கூண்டில் அடைக்கப்பட்ட பறவைகளைப் போல் எங்களை அந்த ரிக்சாவில் திணித்து அழைத்துச் செல்வார். அந்த ரிக்சாவிலேயே பள்ளிக்குச் செல்ல அழுது, முரண்டு பிடித்த குழந்தை நான் மட்டும்தான். என்னை ரிக்சாவில் ஏற்றுவதற்குள் சக்திக்கும் பாண்டியனுக்கும் வியர்த்து வழிந்துவிடும்.

சக்தியின் கழுத்தைக் கட்டிக்கொண்டு அவளது இடுப்பிலிருந்து இறங்காமல் ஓவென்று கத்தி அழுவேன். ஏதேதோ தந்திரங்கள் செய்து ஒரு வழியாகப் பாண்டியன் என்னை ரிக்சாவில் அமர வைப்பார். ஆனாலும் இறங்கிச் சக்தியிடம் ஓடிவந்து அவளது கால்களைக் கட்டிக்கொள்வேன். அவள் மனது கேட்காமல் மீண்டும் தூக்கி இடுப்பில் வைத்துக்கொள்வாள். இதைத் தடுக்க பாண்டியன் ஓர் உத்தியைக் கண்டுபிடித்தார். என்னைவிட உடலளவில் பெரிதான குழந்தைகளிடம் என்னை இறுக்கப் பிடித்துக்கொள்ளச் சொல்வார். கிட்டத்தட்ட நான்கைந்து குழந்தைகள் பள்ளியை அடையும் வரை என்னை அங்குமிங்கும் நகரவிடாமல் இறுக்கப் பிடித்துக்கொள்வார்கள்.ஆனால் அவர்களால் என் குரலைப் பிடிக்க முடியாததால் வழியெங்கும் நான் போடும் கூச்சலைக் கேட்டுச் சாலையில் அனைவரும் திரும்பிப் பார்ப்பார்கள். இரும்பு கிரில் கதவு திறக்கப்பட்டு சிறைச்சாலைக்குள் அடைக்கப்பட்டு சாந்திடீச்சர் மிட்டாய் தரும் வரை அழுதுகொண்டிருப்பேன்.

தினமும் இப்படியாக அரங்கேறிய எனது பள்ளி செல்லும் வைபோகத்தில் நான் அனுபவித்த கொடுமைகளை அப்பாவால் தாங்கிக்கொள்ள முடியவில்லை. பாலர் பள்ளிக்கு அனுப்ப வேண்டாம், நேரடியாக ஒன்றாம் வகுப்பில் போடலாமென்று அப்பா முன்வைத்த கோரிக்கையை "கொஞ்ச நாள் போனால் தானாச் சரியாயிடுவா" என்று கூறி அம்மா மறுத்துவிட்டார். ஆனால் பள்ளியில் சேர்ந்து ஒரு மாதம் கழிந்தும் பெரிதாக எந்த மாற்றமும் இல்லை.

அந்த நாள் பாண்டியன் யார் முகத்தில் விழித்தாரோ பாவம். அன்று வழக்கம்போல் என்னை இறுக்கப் பிடித்துக்கொண்ட ஒரு குழந்தையின் கையை நான் கடித்துவிட்டேன். அந்தக் குழந்தை என்னைவிட அதிகச் சத்தம் போட்டு அழ ஆரம்பிக்க பாண்டியன் என் முதுகில் ஓர் அடி அடித்தார். லேசான அடிதான். ஆனால் அலுவலகத்துக்குக் கிளம்பிக்கொண்டிருந்த அப்பா படுக்கை அறை சன்னலிலிருந்து அதைப் பார்த்துவிட்டார். மோசமான வசவு வார்த்தை ஒன்றைச் சொல்லிக்கொண்டே அப்பா வாசலுக்கு விரைவதைப் பார்த்த அம்மா ஏதோ தவறு நடந்திருக்கிறது என்பதைப் புரிந்துகொண்டு பின்னாலேயே பதைபதைத்து ஓடி வந்தார்.

வந்த வேகத்தில் அப்பா பாண்டியனை ஓங்கி அடிக்க அவர் "சார்! சார்!" என சொல்லிக்கொண்டே தடுமாறிக் கீழே விழப்போய்விட்டார். அடுத்த அடி விழுவதற்குள் அம்மா தடுத்துவிட்டார். சக்தி பயத்தில் அம்மா பக்கத்தில் ஒடுங்கி நின்றாள். அப்பா "என்ன தைரியம் இருந்தா என் புள்ளையைக் கை நீட்டி அடிப்பே" என்று ஆரம்பித்துக் கெட்ட வார்த்தைகளைக் கொட்ட ஆரம்பித்தார். பாண்டியன் சொல்ல முற்பட்ட எந்த விளக்கத்தையும் கேட்க அப்பா தயாராக இல்லை. ஒருவழியாக அப்பாவைச் சமாதானப்படுத்தி, பாண்டியனிடம் மன்னிப்புக் கேட்டு அம்மா சூழ்நிலையைச் சுமூகமாக்கினார்.

முன்கோபத்தில் முன்பின் யோசிக்காமல் விஷம் தோய்ந்த சொற்களைக் கொட்டுவதென்பது அப்பாவின் மிகப்பெரிய பலவீனம். அப்படிக் கக்கிய விஷத்தை அவரது பல நற்குணங்களால்கூட முறிக்க முடிந்ததில்லை. அந்தச் சம்பவத்திற்குப் பிறகு அம்மா சிலநாட்கள் அப்பாவுடன்

பேசவில்லை. அம்மா கோபத்தைக் காந்திய வழியில் வெளிப்படுத்துவார். உண்ணாவிரதம், மௌனவிரதம் இரண்டும் அம்மாவின் வலிமையான ஆயுதங்கள். அம்மாவின் இந்த ஆயுதங்களை எதிர்கொள்ள முடியாமல் அப்பா சரணாகதி அடைந்துவிடுவார்.

சரணாகதியின்போது அம்மா எல்லாவற்றையும் கேட்டுவிடுவார். "கோபத்துல எது வேணாலும் பேசிடுவீங்களா? வார்த்தைகளைக் கொட்டிட்டா அள்ள முடியுமா? அதுக்கப்புறம் நீங்க என்னதான் நல்லது செஞ்சாலும் அது எடுபடுமா? ரெண்டு வயசுல அவளை நீங்க கூடத்தான் அடிச்சிருக்கீங்க (தைப் பொங்கலன்று சாமி கும்பிட்டுவிட்டுப் படையல் இலையிலிருந்து எடுத்து அப்பா ஊட்டிவிட்ட உணவை நான் வாங்க மறுக்க, சாமி பிரசாதத்தை வாங்க மறுக்கிறேனென்ற கோபத்தில் அப்பா என்னை அடித்திருக்கிறார்) ஒங்களை யாரு அடிக்கிறது? நீங்க செஞ்சாச் சரி. அடுத்தவங்க செஞ்சாத் தப்பா?" என்று அம்மா சரமாரியாகக் கேட்ட கேள்விகளுக்கு அப்பாவால் பதில் சொல்லமுடியவில்லை.

பாண்டியனை அடித்த சம்பவத்திற்குப் பிறகு ஆறேழுமாதங்களில் மற்றொரு சம்பவம் நடந்தது. சக்தி எனக்காகப் பாலை ஆற்றிச் சுடச்சுட அடுப்படி மேடையில் வைத்துவிட்டு எங்கோ போக, தூங்கி எழுந்து பசியோடு வந்த நான் பால் குவளையை எக்கி எடுக்க முயல, சூடான பால் மொத்தமும் என் முகத்தில் ஊற்ற வீடே களேபரமானது. அந்த விபத்தால் இன்றும் எனது வலது கண் இடது கண்ணைவிட சற்றுச் சிறியதாகத் தெரியும். நல்லவேளை அப்பா சக்தியை அடிக்கவில்லை. ஆனால் கோபத்தில் வழக்கம்போல் வசவு வார்த்தைகளால் அர்ச்சித்துவிட்டார். செய்யாத தப்புக்குத் திட்டு வாங்கி அழுதுகொண்டிருந்த சக்தியைப் பார்க்கப் பாவமாக இருந்தது. "அவருதான் பாம்பு மாதிரி கொத்துவாருன்னு தெரியுமே. மனசுல எதுவும் வச்சுக்காதே சக்தி. நம்ம அப்பாதானே" என்று கூறி அம்மா சமாதானப்படுத்தினார்.

நான் யூ.கே.ஜி படிக்கும்போது மற்றொரு சம்பவம் நடந்தது. ஒரு திருமணத்தில் கலந்துகொள்ள அம்மாச்சி ஊருக்குச் சென்றிருந்தோம். அம்மாச்சி வீட்டிலிருந்து திருமணம் நடந்த இடத்திற்கு அப்பா என்னை மிதிவண்டியில் அழைத்துச்

சென்றார். திரும்பி வருகையில் புலவன்காடு பள்ளிக்கூடத்திற்கு அருகே அந்த விபத்து நடந்தது. நான் தவறுதலாகச் சக்கரத்துக்குள் காலை விட்டுவிட்டேன். காலிலிருந்து ரத்தம் கொட்டியது. நான் வலி தாங்க முடியாமல் கதறினேன். எங்களைச் சுற்றிச் சிறு கூட்டம் கூடிவிட்டது. பள்ளிக்கூடத்திலிருந்து ஐந்து நிமிட நடையிலிருந்த அம்மாச்சி வீட்டைச் செய்தி அடைந்தவுடன் அம்மாவின் உடன்பிறந்த தம்பியான செழியன் மாமாவும் பெரியப்பா மகனான வரதன் மாமாவும் பதறியடித்து ஓடிவந்தார்கள்.

அப்பாவின் மற்றொரு பலவீனம் இக்கட்டான சூழலில் முடிவெடுக்கத் தெரியாமலும் அச்சூழலை நிதானமாகக் கையாளத் தெரியாமலும் அந்தப் பலவீனத்தை மறைக்க அடுத்தவரிடம் கோபப்பட்டுக் கத்துவதாகும். சக்கரத்தில் மாட்டிக்கொண்ட எனது காலை எடுப்பதற்குள் அனைவர் மீதும் எரிந்து விழுந்த அப்பாவைச் சகித்துக்கொள்ள முடியாத மாமாக்கள் இருவரும் “ஹாஸ்பிடலுக்கு நாங்க கூட்டிட்டுப் போறோம் நீங்க வீட்டுக்குப் போங்க” என்று சொல்லிவிட்டார்கள். அதற்கும் ஒத்துக்கொள்ளாமல் “நானும் ஹாஸ்பிடலுக்கு வர்றேன்” என்று முரண்டு பிடித்த அப்பாவைச் சுற்றி நின்ற உறவினர்கள் ஒருவழியாகச் சமாதானப்படுத்தி வீட்டுக்கு அனுப்பி வைத்தார்கள்.

ஒரத்தநாட்டிலுள்ள மருத்துவமனைக்குச் சென்று தையல் போட்டு வீட்டிற்குத் திரும்பி வரும்வரை அப்பா வீட்டுவாசலிலேயே நின்றிருந்ததாக அம்மா சொன்னார். வீடு திரும்பியவுடன் “என்ன மனுஷன்க்கா இவரு. கத்துனா எல்லாம் சரியாயிடுமா? எப்படித்தான் இவரோட குடும்பம் பண்றியோ” என்று செழியன் மாமாவும் “நாங்க யாராவது சைக்கிள்ல கூட்டிட்டுப் போய் இப்படி ஆயிருந்தா எங்களை வாழவிட்டிருக்க மாட்டாரு. யப்போ சாமி! நல்லவேளையா அப்படி எதுவும் நடக்கலை” என்று வரதன் மாமாவும் அம்மாவிடம் புலம்பித் தீர்த்துவிட்டார்கள். அடுத்தவர் தவறு செய்தாலும் தான் தவறு செய்தாலும் அடுத்தவர் மீது கோபத்தை வெளிப்படுத்தும் அப்பாவின் குணம் இறப்புவரை மாறவே இல்லை.

ஆனால் அப்பாவின் இந்தக் குணத்தால் எனக்கு சில நல்ல விஷயங்களும் நடந்ததுண்டு. அப்போது நான் பட்டுக்கோட்டை

செயிண்ட் தாமஸ் இடைநிலைப் பள்ளியில் (அம்மாங்க ஸ்கூல் என்றால்தான் அனைவருக்கும் தெரியும்) நான்காம் வகுப்பு படித்தேன். எனது வகுப்பு ஆசிரியையின் பெயர் மேரி. பட்டுக்கோட்டை அருகிலிருக்கும் அணைக்காடு கிராமத்தைச் சேர்ந்த அவர் மிகவும் கண்டிப்பானவர். பார்ப்பதற்கு ஓர் ஆணைப் போல் வாட்டசாட்டமாக இருப்பார். அவரைப் பார்த்தால் மொத்தப் பள்ளியும் நடுங்கும்.

பள்ளிக்குத் தாமதமாகப் போனாலோ வகுப்பில் தேவையில்லாமல் பேசினாலோ கடுமையான தண்டனை ஒன்றை வழங்குவார். அந்த தண்டனையின் பெயர் 'கொக்கு பிடித்தல்'. குனிந்து இடது கையால் இடது கால் கட்டை விரலைப் பிடிக்க வேண்டும். வலது காலை நிலத்தில் படாமல் மடித்து வைத்துக்கொள்ள வேண்டும். வலது கையும் மேலே தூக்கி இருக்க வேண்டும். நானோ தினமும் பள்ளிக்குத் தாமதமாகச் செல்வேன். என்னைப் பள்ளிக்கு அழைத்துச் சென்ற ரிக்சாக்காரர் ஊரெல்லாம் சுற்றி வந்து பள்ளியை அடைவதற்குள் காலை வழிபாட்டுக் கூட்டம் முடிந்திருக்கும். தினம், தினம் கொக்கு பிடித்து ஒருநாள் வலி தாங்க முடியாமல் அப்பாவிடம் சொல்லி அழுதுவிட்டேன். அடுத்த நாளே அப்பா பள்ளிக்கு வந்து இது போன்ற கடினமான தண்டனைகளைத் தரவேண்டாமென்று மேரி ஆசிரியையிடம் வேண்டுகோள் வைத்தார்.

அதற்கு அந்த ஆசிரியை "எப்படி நடந்து கொள்ள வேண்டுமென்று நீங்கள் எனக்குப் புத்திமதி சொல்லாதீர்கள்" என்று மிகவும் திமிராகப் பதிலளிக்க அப்பா கோபத்தின் உச்சிக்குப் போய்விட்டார். என்னை அழைத்துக் கொண்டு நேராகத் தலைமை ஆசிரியரிடம் போனார். அந்த சிஸ்டர் ஆசிரியையை வரவழைத்துக் கண்டித்தார். அன்று முதல் கொக்கு பிடிப்பதிலிருந்து எனக்கு மட்டுமல்ல அனைத்துப் பிள்ளைகளுக்கும் விடுதலை கிடைத்தது.

ஒன்பதாவது வகுப்பில் படிக்கும்போது அப்பாவின் நண்பர் ஒருவரது வீட்டுக் கிரகப்பிரவேச நிகழ்ச்சிக்காகப் புதுக்கோட்டைக்குச் சென்றுவிட்டுக் குடும்பமாகப் பேருந்தில் பட்டுக்கோட்டைக்குத் திரும்பிக்கொண்டிருந்தோம். தம்பி, தங்கையோடு அம்மா பேருந்தின் முன்புற இருக்கையில்

அமர்ந்திருந்தார். நானும் அப்பாவும் பேருந்தின் பின்புற இருக்கையில் அமர்ந்திருந்தோம். அப்போது எனது இடுப்பில் ஏதோ ஒரு பூச்சி ஊர்வது போன்ற உணர்வு தோன்றக் குனிந்து பார்த்தேன். பின் இருக்கையில் அமர்ந்திருந்த ஆடவர் விரல்களால் எனது இடுப்பை நிமிண்டிக் கொண்டிருந்தார். திரும்பிப் பார்த்தேன். அவர் முழுப் போதையிலிருந்தார். என்னைப் பார்த்து ஆபாசமாகப் பல்லிளித்தார். அதுதான் நான் எதிர்கொண்ட முதல் பாலியல் சீண்டல். அம்மாவிடம் எழுந்து போகவும் வழியில்லை. அப்பாவிடம் சொல்லலாமா வேண்டாமா என நீண்ட யோசனைக்குப் பின் கடைசியாகச் சொல்லிவிட்டேன். அப்பா அத்தனை கோபப்பட்டு நான் பார்த்ததே கிடையாது. வேகமாக எழுந்தவர் பின்னால் திரும்பி அந்த ஆளின் சட்டையைக் கொத்தாகப் பிடித்துத் தூக்கிப் பளார் பளார் என அறைந்தார். பேருந்தில் இருந்தவர்கள் மட்டும் அப்பாவைப் பிடித்திருக்காவிட்டால் அன்று நிச்சயம் ஒரு கொலை விழுந்திருக்கும். கண்டக்டர் அந்த ஆளைப் பேருந்திலிருந்து இறக்கிவிட்ட பிறகு பேருந்து புறப்பட்டது.

வீடு வந்து சேர்ந்தவுடன் "ஒங்கப்பன் கோவம்தான் ஒனக்குத் தெரியுமில்லே, பேசாம வாயை மூடிக்கிட்டு வந்திருக்கலாமில்லே" என்று அம்மா என்னிடம் எரிந்து விழ "வாயை மூடு தமிழ்! அந்தப் பொறுக்கிக் கம்னாட்டி புள்ளை மேல கை வைக்கிறான். பார்த்துகிட்டுச் சும்மா இருக்கச் சொல்றியா? என்ன நடந்தாலும் வாயையும் சூத்தையும் பொத்திட்டிருக்க என்னால முடியாது" என்று கத்திய அப்பா "அழகப்பா! கோபப்படுறது தப்புதான்டா. ஆனா எங்கக் கோவப்படணுமோ அங்கக் கோவப்படு. அப்பாவே தப்பு செஞ்சாலும் கேள்வி கேளு' என்று சொல்லிவிட்டு அந்த இடத்தை விட்டு நகர்ந்தார். அன்று சினத்தைக் கைவிடச் சொன்ன வள்ளுவனைத் தாயிடத்திலும் ரௌத்திரம் பழகச் சொன்ன பாரதியைத் தந்தையிடத்திலும் கண்டுகொண்டேன். இப்போதும் என் இரத்தத்தில் கொஞ்சம் ரௌத்திரத் துளிகள் கலந்திருக்கிறதென்றால் அதற்கு முழு முதல் காரணகர்த்தா வள்ளுவன் குறிப்பிட்டதுபோல் காணாச் சினத்தானாக விளங்கிய என்னப்பன்தான்.

தகடுடை கரத்தான்

நான் என் முதல் வேலையில் சேர்ந்து ஒரு வருடம் ஓடி இருந்தது. மெகானிகல் டிபார்ட்மென்ட்டில் என்னுடன் பணிபுரிந்த சக ஆண் ஊழியர்கள் அனைவரும் என்னிடம் மிகவும் மரியாதையுடன் நடந்து கொள்வார்கள். மேலாளர் ஜி.ஆர் எனது ஜி.எஃப் (God Father) ஆக இருந்ததால் "எதுவா இருந்தாலும் நமக்குள்ளே பேசி தீர்த்துக்குவோம்ங்க. உங்க டாடி கிட்ட போட்டுக் கொடுத்துடாதீங்க" என்று கிண்டலடிப்பார்கள்.

மாதத்திற்கு நான்கு முறை அலுவலகத்தை விட்டு மாலை ஒரு மணி நேரம் முன்பாகவே புறப்படலாமென்பது விதியாக இருந்தது. ஆனால் அதற்கு மேலாளரிடமோ அல்லது துணை மேலாளரிடமோ அனுமதி வாங்க வேண்டும். டிபார்ட்மென்டிலேயே நான் ஒருத்தி மட்டும்தான் அந்த விதியைச் சரியாகப் பயன்படுத்தியவள். "மாசத்துல நாலு தடவை பெர்மிஷன் போட்டுட்டு ஷாப்பிங் போறதெல்லாம் அநியாயங்க. உங்க டாடி இதையெல்லாம் கேட்கமாட்டாரு. நாங்க எப்பவாவது ஒரு தடவை பெர்மிஷன் போட்டா வள்வள்னு கொரைக்கிறாரு" என்று என்னிடம் சொல்லிப் பொங்குவார்கள்.

டிபார்ட்மென்டில் நான் ஒரு மகாராணி போலிருந்தேன். ஆண்கள் மத்தியில் ஒருத்தியாக எப்படிச் சமாளிக்கப்

போகிறேனோ என்று அப்பா பயந்ததற்கு மாறாக என்னைச் சமாளிக்க முடியாமல் அவர்கள்தான் திணறினார்கள். அன்று வழக்கமான ஒரு வேலை நாள். 355 மெகாவாட்மின்ஆற்றலை உற்பத்தி செய்யப்போகும் கொண்டபள்ளி மின்நிலையத்தின் P&ID வரைபடத்தை வைத்துக்கொண்டு அதிலிருந்த வால்வுகளைப் பட்டியலிட்டுக் கொண்டிருந்தேன்.

மதிய உணவாக வேலு மிலிட்டரி நாட்டுக்கோழிப் பிரியாணியை வயிறு முட்டச் சாப்பிட்டுவிட்டுக் குளிரூட்டப்பட்ட அலுவலகத்தில் அமர்ந்து இதுபோன்ற வேலையைச் செய்கையில் வரும் உறக்கம் குருசேத்திரப் போரைவிடக் கொடுமையானது. கழிவறைக்குச் சென்று முகம் கழுவுதல், அவ்வப்போது இருக்கையிலிருந்து எழுந்து நின்று மும்முரமாக வேலை பார்த்துக்கொண்டிருக்கும் சக ஊழியர்களை வேடிக்கை பார்த்தல், அருகில் அமர்ந்திருப்பவர்களிடம் அரட்டை அடித்தல், வரவேற்பறைக்குச் சென்று தொலைபேசி ஆபரேட்டரிடம் பேச்சு கொடுத்தல் இப்படி ஏதாவது ஒரு வியூகம் வகுத்தால்தான் அந்தப் பாழும் உறக்கத்தை வெல்ல இயலும். மணியைப் பார்த்தேன். தேநீர் கொண்டு வரும் பையன் வருவதற்கு இன்னும் அரை மணி நேரம் இருந்தது.

முகம் கழுவிவிட்டு வந்தால் தேநீர் குடித்துத் தூக்கத்தை விரட்டிவிடலாமென்ற முடிவோடு எழுந்து கழிவறைக்குச் சென்றேன். உள்ளே நுழைந்து சில நிமிடங்களில் “நிலா! கால் ஃபார் யூ! நிலா! நிலா!” என்று டெலிபோன் ஆபரேட்டர் நசீமா கூவுவது கேட்டது. கிளையண்ட் யாராவது அழைத்திருந்தால் பிறகு அழைக்கச் சொல்லாமல் இவள் ஏன் கழிவறைக்குள் வந்து கத்துகிறாள் என்ற எரிச்சலோடு அவசர, அவசரமாக கழிவறையிலிருந்து வெளியேறி எனது மேசைக்கு ஓடிவந்து விடாமல் அடித்துக்கொண்டிருந்த போன் ரீசிவரை எடுத்தேன். மறுமுனையில் அப்பா பேசினார்.

“அழகப்பா!” என்று அவர் அழைத்த தொனியிலேயே ஏதோ ஓர் அசம்பாவிதம் நடந்திருக்கிறது என்று உள்ளுணர்வு சொல்லியது. ஏதும் செய்தி சொல்ல வேண்டுமென்றால் நான் தங்கியிருந்த சித்தி வீட்டிற்கு அழைப்பதுதான் அப்பாவின் வழக்கம். அதற்கு மாறாக அலுவலகத்திற்கு அழைத்திருந்தது எனக்குள் பதற்றத்தை அதிகரித்தது. “என்ன விஷயம்பா?” என்று நான்

கேட்க "வண்டியிலேந்து கீழே விழுந்துட்டேன்டா" என்று அவர் சொன்னவுடன் "என்னப்பா சொல்றீங்க? எங்கப்பா விழுந்தீங்க? இப்ப எப்படிப்பா இருக்கீங்க? அடி பலமா? டாக்டர்கிட்டப் போனீங்களா?" என்று இடைவெளியே விடாமல் கேள்விகளை அடுக்கினேன். "பயப்படாதேடா! சின்ன அடிதான். எனக்கு ஒண்ணும் ஆகலை. நான் நல்லா இருக்கேன். நீ ஆபிஸ்ல பிஸியா இருப்பே. அப்புறமா பேசுறேன்" என்று சொல்லிவிட்டு அப்பா போனை வைத்துவிட்டார்.

தூக்கமெல்லாம் போன இடம் தெரியவில்லை. அப்பாவே போனில் பேசியதால் அடி ஒன்றும் பலமாக இருக்காது என்று ஒருபுறம் மனதைத் தேற்றிக்கொண்டாலும் எதையோ அப்பா மறைக்கிறாரென்ற சந்தேகம் மறுபுறம் என்னை ஆட்டிப் படைத்தது. அதற்குப் பிறகு என்னால் இருக்கையில் அமர முடியவில்லை. டைப்பிஸ்ட் எஸ்தர் மட்டுமே அலுவலகத்தில் எனக்கிருந்த ஒரே தோழி என்பதால் அவரிடம் பேசினால் சற்றுப் பதற்றம் குறையலாம் என்றெண்ணிக் கீழ்த்தளத்திற்குச் சென்றேன். வழியில் என்னைப் பார்த்த நசீமா "கவலைப்படாதே நிலா! அப்பாவுக்கு ஒண்ணும் இருக்காது" என்று ஆறுதல் சொல்ல நானும் "ஹோப் சோ!" எனச் சொல்லிவிட்டு அவளைக் கடந்தேன். சில நொடிகளுக்குப் பிறகுதான் அப்பா விஷயம் அவளுக்கு எப்படித் தெரிந்தது என்ற கேள்வியை என் மூளை கேட்டது. சொந்த அழைப்புகளை நசீமா ஒட்டுக்கேட்கிறாள் என்ற புரளி அலுவலகத்தில் நிலவியது. அது புரளி அல்ல உண்மைதான் என்பதை அன்று ஊர்ஜிதப்படுத்திக்கொண்டேன். நான் போனபோது எஸ்தரும் மற்ற டிபார்ட்மென்ட்களில் இருக்கும் பெண் ஊழியர்களும் அரட்டை அடித்துக்கொண்டு தேநீர் குடித்துக்கொண்டிருந்தனர். அங்கு அப்பாவைப் பற்றி பேசுவது சரியாக இருக்காது என்பதால் அதைத் தவிர்த்து விட்டு நசீமா ஒட்டுக்கேட்பது குறித்துச் சொன்னேன். அனைவரும் அதற்காகவே காத்திருந்தது போல அவரவர் அனுபவங்களைச் சொல்லி நசீமாவைக் கழுவிக் கழுவி ஊற்றினார்கள். அதையெல்லாம் கேட்ட பிறகு எனக்குள் ஏற்பட்டிருந்த பதற்றம் சற்றுக் குறைந்தது போலிருந்தது.

மாலை அலுவலகத்திலிருந்து சித்தி வீட்டிற்குப் போகும் வழியில் எஸ்.டி.டி பூத்திலிருந்து வீட்டுக்கு அழைத்தேன்.

அம்மாதான் பேசினார். அப்பாவைப் பற்றிக் கேட்டவுடன் "ஒனக்கும் போன் அடிச்சுச் சொல்லிட்டாரா. இவரு விழுந்து வாரிட்டு என்னமோ லாட்டரிச் சீட்டுல பணம் விழுந்த மாதிரி எல்லோருக்கும் போன் அடிச்சிருக்காரு" என்று அம்மா சொன்னவுடன் அந்தச் சூழலிலும் எனக்குச் சிரிப்பு வந்தது. அப்பாவும் நானும் அப்படித்தான். பிளேடால் லேசாகக் கையை அறுத்துக்கொண்டால் கூட ஊரைக் கூட்டி ஆர்ப்பாட்டம் பண்ணிவிடுவோம். அனைவரும் எங்களைக் கவனித்துக்கொள்ள வேண்டும், குறைந்தபட்சம் அதைப்பற்றி விசாரிக்கவாவது வேண்டுமென்று எதிர்பார்ப்போம். பிளேடுக்கே அப்படி என்றால் பைக்கிலிருந்து விழுந்துள்ள அப்பா என்னென்ன செய்வாரென்பதை என்னால் புரிந்துகொள்ள முடிந்தது.

நான் முதுகலை படித்தபோது அப்பாவுக்கு இதேபோல் ஒரு விபத்து ஏற்பட்டுள்ளது. பைக்கைப் பன்றி மீது மோதிக் கீழே விழுந்ததில் வலது கை எலும்பில் விரிசல் ஏற்பட்டது. அப்போது அப்பா செய்த அலப்பறைகள் அப்பப்பா... இல்லை... இல்லை... அம்மம்மா... ஆமாம் அம்மாதான் பாவம். அலோபதி மருத்துவரிடம் வரமாட்டேனென அடம்பிடித்துப் புதுக்கோட்டையிலிருந்த ஒரு மருத்துவரிடம் சென்று மாவுக்கட்டு போட்டுக்கொண்ட அப்பா அங்கேயே தங்கிச் சிகிச்சை எடுக்க வேண்டியிருந்ததால் அம்மாவையும் தங்கவைத்துப் படாதபாடுபடுத்திவிட்டார். இறுதியில் மாவுக்கட்டுச் சிகிச்சை பலனளிக்காமல் போகவே வேறு வழியின்றித் தஞ்சையிலிருந்த அலோபதி மருத்துவரிடம் சென்று சிகிச்சை பெற்றுக் குணமானார். அப்பாவின் இதுபோன்ற வீம்பான பிடிவாதங்களால் அம்மா அதிகம் துயருற்றிருக்கிறார்.

"நல்ல அடியாம்மா?" என்று போனில் கேட்டவுடன் "கை புசு புசுன்னு வீங்கியிருக்கு. ப்ராக்சர் மாதிரிதான் தெரியுது" என்றார் அம்மா. பிறகு "போன தடவை மாதிரி இப்பவும் ஏதாவது மொரண்டு பிடிப்பாரோன்னு நெனைச்சேன். நல்லவேளையா அப்படி எதுவும் பண்ணலை" என்ற அம்மாவின் குரலில் பெரிய ஆசுவாசம் தெரிந்தது. கடந்த முறை சிகிச்சை அளித்த அதே அலோபதி மருத்துவரிடம் அப்பாவை அழைத்துச் செல்லப் போவதாகச் சொன்ன அம்மாவிடம் "நான் கிளம்பி வரவா?" என்று கேட்டேன்.

“வேண்டாம். நீ வந்து என்ன பண்ணப்போறே?” என்று அம்மா சொன்னது சரியாகப்பட்டதால் நான் அப்பாவைப் பார்க்கப் பட்டுக்கோட்டைக்குச் செல்லவில்லை.

தினமும் தொலைபேசி வழியாக அப்பாவின் உடல்நலம் குறித்து அம்மாவிடம் விசாரித்தேன். எலும்பு முறிவு ஏற்பட்டிருந்ததால் உலோகத் தகடு வைத்து அறுவை சிகிச்சை செய்திருந்தார்கள். வீட்டிற்கு அழைத்து வந்துவிட்டதாகச் சொன்ன அம்மா பள்ளிக்கூடத்திற்கும் அப்பாவிற்குமிடையே அல்லாடிக்கொண்டிருந்தார். “பெரிய மைனர்ன்னு நெனைப்பு. பக்கத்து வீட்டுக்குப் போறதா இருந்தாக் கூடப் பைக்ல போறது. இந்த பைக்கைத் தலைமுழுகுனாதான் எனக்கு விடிவு காலம்” என புலம்பித் தீர்த்தார்.

உடல்நலம் குறித்து அப்பாவிடம் விசாரித்தால் அவரோ அம்மா மீது புகார் சொன்னார். மருத்துவமனையிலிருந்து விடுவித்த அன்று அப்பா பட்டுக்கோட்டைக்குப் போகக் கார் ஏற்பாடு செய்யச் சொல்வாரோ என்ற பயத்தில் அம்மா அவசரஅவசரமாக ஓடிப்போய் தஞ்சை பேருந்து நிலையத்திற்குச் செல்ல ரிக்சா கொண்டு வந்தாராம். செலவாளியான அப்பாவும் சிக்கனத்தின் மொத்த உருவமான அம்மாவும் பண விஷயத்தில் இப்படி அடிக்கடி முட்டிக்கொள்ளும் சம்பவங்கள் எங்கள் வீட்டின் நகைச்சுவைகளில் ஒன்றாக மாறிப்போகும். “அழகப்பா! ஒங்கம்மா காசைச் சேர்த்து வச்சி என்னடா பண்ணப்போறா? ஆபரேஷன் பண்ணிருக்கேன்னு கூடப் பார்க்காம பஸ்லேயே பட்டுக்கோட்டைக்குக் கூட்டிட்டு வந்துட்டாடா” என்று சொன்னபோது எனக்குப் பயங்கரச் சிரிப்பு வந்தது.

விபத்து நடந்து இருபது நாட்கள் கழித்து நான்கு நாட்கள் சேர்ந்தாற்போல் விடுமுறை வந்ததால் அப்பாவைப் பார்த்து வரலாமென்ற முடிவோடு சென்னையிலிருந்து கிளம்பினேன். விடியற்காலைப் பேருந்தில் ஏறி மதியம் மூன்று மணி அளவில் பட்டுக்கோட்டையில் இறங்கியபோது தலைமைத் தபால் நிலையத்தை ஒட்டி இருந்த ரிக்சா நிலையத்தில் எனக்காகவே காத்திருப்பதுபோல் ஒரே ஒரு ரிக்சா நின்றிருந்தது. குனிந்து அமர்ந்து ரிக்சாவின் சக்கரத்தைச் சோதித்துக்கொண்டிருந்த ரிக்சாக்காரர் நான் அருகே சென்று நின்றவுடன் நிமிர்ந்து

பார்த்தார். பிறகு "நல்லா இருக்கீங்களா பாப்பா?" என்று வாயெல்லாம் பல்லாக என்னை விசாரித்தார். "நல்லா இருக்கேன்" எனச் சொன்னவுடன் "வீட்டுக்குத்தானே?" என்று கேட்டவாறு எழுந்தவர் எனது பைகளை வாங்கி ரிக்சாவில் வைத்தார். அவர் வேறு யாருமில்லை. பாலர் பள்ளியில் படிக்கும்போது என்னைப் பள்ளிக்கு அழைத்துச் சென்றவர். அப்பாவிடம் அடி வாங்கிய அதே பாண்டியன்தான்.

சுண்ணாம்புக்காரத் தெருவிலிருந்த எங்கள் வீட்டை அடைவதற்குள் நான் வந்ததற்கான காரணத்தைப் பாண்டியனிடம் சொல்லியிருந்தேன். வீட்டை அடைந்தவுடன் "நீங்க உள்ள போங்க பாப்பா. பையெல்லாம் நான் எடுத்துட்டு வர்றேன். அப்பாவையும் பார்த்த மாதிரி இருக்கும்" என்று சொன்னார் பாண்டியன். என்னைப் பார்த்தவுடன் அப்பாவுக்குள் பொங்கிய மகிழ்ச்சியை அவரது முகம் பிரதிபலித்தது. "வாடா அழகப்பா! அப்பாவைப் பார்க்க இப்பதான் நேரம் கெடைச்சுதா?" என்று கேட்டவுடன் அவர் எனக்கு அலுவலகத்திற்குப் போன் அடித்தக் காரணம் புரிந்தது. நான் உடனே புறப்பட்டு வருவேனென எதிர்பார்த்திருப்பார். என் குரல் கேட்டு அடுப்படியிலிருந்து அம்மா வந்தார். உண்மையில் அம்மாதான் விபத்தில் அடிபட்ட நோயாளி போல் பரிதாபகரமாகக் காட்சியளித்தார். பைகளைத் தூக்கிக்கொண்டு உள்ளே நுழைந்த பாண்டியன் "பாப்பா சொன்னாங்க சார். இப்ப பரவாயில்லையா?" என்று அப்பாவிடம் நலம் விசாரித்துவிட்டுப் பணத்தை வாங்கிக்கொண்டுப் புறப்பட்டார்.

அம்மா நமுட்டுச் சிரிப்புடன் அப்பாவிடம் "ரிக்சாக்காரரை அடையாளம் தெரியுதா?" என்று கேட்டார். அப்பா அவரை மறந்திருந்தார். "நேரு நகர்ல குடி இருந்தப்ப அடிச்சீங்களே அவருதான்" என்றவுடன் "ஏன்டா அழகப்பா! ஒனக்கு வேற ரிக்சாவே கெடைக்கலையா? என்னை அடிச்ச கைதானே நல்லா வேணுன்னு அவன் மனசுக்குள்ள நெனைச்சிருப்பான்" என்று அப்பா சொன்னவுடன் நானும் அம்மாவும் விழுந்து, விழுந்து சிரித்தோம். "பிறர்க்கின்னா முற்பகல் செய்யின்" என்று அம்மா ஆரம்பித்தவுடன் "தமிழ்! ஒன்னோட குறளை எல்லாம் ஸ்கூலோட வச்சுக்கோ" என்று இடைமறித்துப் புன்னகைத்தார் அப்பா. அப்போதுதான் அப்பாவின் வலது முழங்கைக்கு மேல்

பின்புறத்திலிருந்த தண்டவாளம் போன்ற வடுவைக் கண்டேன். மெல்லத் தொட்டுப் பார்த்தேன். தையல் போட்டிருந்த அந்தப் பகுதியில் தோல் சற்றுக் கடினமாகவும் சொரசொரப்பாகவும் இருந்தது. என்னை அறியாமல் கண்கள் கலங்கின. அதைப் பார்த்த அப்பா "ஒண்ணுமில்லைடா சரியாயிடுச்சுடா" என்று எனக்கு ஆறுதல் சொன்னார்.

கையில் பொருத்தப்பட்ட உலோகத் தகடு அதன் பிறகான காலங்களில் அப்பாவுக்குப் பயங்கர வலி, எரிச்சல், உறுத்தல் போன்ற தொந்தரவுகளைக் கொடுத்துக்கொண்டே இருந்தது. தகட்டை அகற்றிவிட அவர் விரும்பினாலும் சரியான சூழல் அமையாமல் போனதால் இறப்பு வரை அது அவரது உடம்பிலிருந்தது. அப்பா இறந்து மூன்றாம் நாள் பால் தெளிக்கும் சடங்குக்குச் சுடுகாட்டுக்குச் சென்றுவிட்டுத் திரும்பிய தம்பி சாம்பலில் உலோகத் தகடு கிடந்ததாகச் சொன்னபோது இனிமேலாவது அந்தப் பாழாய்ப்போன கைவலி இல்லாமல் அப்பா நிம்மதியாக இருப்பாரென நினைத்துக்கொண்டேன்.

பயணக் காதலன்

வாழ்வு அனைத்து வசதிகளோடும் வாய்ப்புகளோடும் இருந்து பயணங்களே அற்றுப் போனதாய் இருக்குமானால் அந்த வறண்ட வாழ்வை என்னால் ஒருபோதும் ஏற்றுக்கொள்ளவோ கொண்டாடவோ இயலாது. நான் பயணங்களை மிகவும் நேசிப்பவள். புத்தகங்கள் வழியாக விரியும் அற்புத உலகத்தை அறிமுகப்படுத்திய தாயும் பயணங்கள் வழியாக விரியும் அழகிய உலகை அறிமுகப்படுத்திய தந்தையும் அமைந்த வகையில் நான் நல்லூழ் செய்தவள். தாய் விதை போட்டு வளர்த்த வாசிப்பும் தந்தை விதை போட்டு வளர்த்த பயணமும் இன்றைய எனது ஆளுமையில் மிகப்பெரிய பங்கு வகித்துள்ளன.

பள்ளிக்காலத்தில் ஒன்றாம் வகுப்பிலிருந்து பன்னிரண்டாம் வகுப்பு வரை அனைத்துப் பள்ளிச் சுற்றுலாக்களுக்கும் சென்ற ஒரே மாணவி நானாகத்தான் இருப்பேன். பள்ளிச் சுற்றுலா என்றவுடன் முதலில் பெயர் கொடுப்பவளாகவும் முதலில் பணம் கட்டுபவளாகவும் இருந்திருக்கிறேனென்றால் அதற்கு என்னைவிடப் பயணத்தின் மீது அதீதப் பித்துப் பிடித்த எனது தந்தைதான் காரணமாவார். இதுபோன்ற பள்ளிச் சுற்றுலாக்களுக்கு அனுப்ப அம்மா பெரிதும் தயங்குவார். ஆனால் அப்பா “போய்ட்டு வரட்டும். அப்பதான் இந்த ஒலகம் எத்தனை பெரிசுன்னு புரியும்” என்று அம்மாவைச்

சமாதானப்படுத்திவிட்டு "சந்தோஷமா போய்ட்டு வாடா அழகப்பா!" என்று சொல்லிப் பணத்தை எடுத்து நீட்டுவார்.

அம்மா, அப்பா இருவரின் மாத சம்பளத்தின் உதவியால் நிலை தடுமாறாமல் ஓடிக்கொண்டிருந்த எங்கள் நடுத்தர வர்க்கத்து குடும்பத்திற்குச் சுற்றுலா என்பதெல்லாம் சற்று ஆடம்பரமான விஷயம்தான். ஆனாலும் அப்பா வருடத்திற்கு ஒருமுறையாவது எங்களைச் சுற்றுலா அழைத்துச் செல்வதைத் தீவிரமாகப் பின்பற்றினார். குடும்பமாய் நாங்கள் சென்ற பயணங்களில் அப்பா செய்த அட்டகாசங்களை எழுதி மாளாது. ஒரு முறை மதுரைக்குச் சுற்றுலா சென்றிருந்தோம். பட்டுக்கோட்டையிலிருந்து காலையில் புறப்பட்டுப் பேருந்து மூலம் மதுரையை அடைந்தபோது அனைவரும் பயங்கரப் பசியில் இருந்தோம். பேருந்து நிலையத்தின் அருகிலிருந்த ஏதாவது ஓர் உணவகத்தில் சாப்பிடலாமென அம்மா சொன்னதை அப்பா ஏற்றுக்கொள்ளவில்லை.

மதுரையில் ஒரு நல்ல உணவகம் இருக்கிறது அங்கு சாப்பிடலாமென்று சொல்லி எங்களை அழைத்துக்கொண்டு நடக்க ஆரம்பித்தார். வேறு வழியில்லாமல் சுட்டெரித்த வெயிலில் பசியோடு நடந்து ஒரு மணி நேரத்திற்குப் பிறகு அந்த இடத்தைச் சென்றடைந்தோம். ஆள் நடமாட்டமே இல்லாமல் பாழடைந்து இருந்த அந்தக் கட்டடத்தைப் பார்த்தவுடன் அம்மா கோபத்தோடு அப்பாவை முறைக்க அப்போதுதான் ஓர் உண்மை எங்களுக்குத் தெரியவந்தது. கிட்டத்தட்ட பத்து வருடங்களுக்கு முன்பு அலுவலக விஷயமாக அப்பா மதுரை வந்தபோது அந்த உணவகம்தான் புகழ்பெற்ற உணவகமாக இருந்துள்ளது.

கல்லாவில் ஒருவர், உணவு பரிமாற ஒருவர் என இரண்டு பேரே இருந்த அந்தப் பிரசித்தி பெற்ற உணவகத்தைத் தேடி கொளுத்தும் வெயிலில் சென்று சேர்ந்த எங்களைக் கண்டவுடன் அந்த இருவரும் ஆச்சர்யமும் அதிர்ச்சியும் அடைந்திருக்க வேண்டும். அதை அவர்களது முகத்திலிருந்து ஊகிக்க முடிந்தது. எங்களையும் இரண்டு பூனைகளையும் தவிர யாருமற்ற அந்த உணவகத்தில் சாப்பாட்டிற்குச் சொல்லிவிட்டுக் காத்திருந்தோம். காத்திருந்தோம். காத்திருந்தோம். நேரம் ஓடியதே தவிரச் சாப்பாடு வருவதற்கான எந்தவித அறிகுறியும்

தெரியவில்லை. பசியில் அழுது, அழுது களைத்துத் தம்பி தூங்கிப்போயிருந்தான்.

வேறு ஓர் உணவகத்திற்குச் சென்று சாப்பாடுவரத் தாமதமாகி இருந்தால் அப்பா அந்த உணவகத்தையே தனது கோபத்தால் எரித்துச் சாம்பலாக்கி இருப்பார். ஆனால் இங்கு அவரால் கோபத்தை வெளிக்காட்ட இயலவில்லை. அம்மாதான் எரிந்து விழுந்து கொண்டிருந்தார். மனைவியையும் பிள்ளைகளையும் ஓர் உயர்தரமான உணவகத்திற்கு அழைத்துச் சென்று நல்ல உணவு வாங்கித் தரவேண்டுமென்று நினைத்த அப்பாவின் நல்ல மனம் ஒருபுறம் புரிந்தாலும் அப்போதிருந்த பசி வெறியில் அப்பாவைக் கொன்றுவிடலாமா என்ற கோபம் எனக்குள் எழுந்தது. ஒன்றரை மணி நேரத்துக்குப் பிறகு உணவு வந்தது. எங்களைக் கண்டவுடன்தான் அவர்கள் உலையே வைத்திருக்கிறார்கள் என்பதை இலையில் விழுந்த சுடு சோற்றிலிருந்து தெரிந்துகொள்ள முடிந்தது. இந்த அனுபவத்திற்குப் பிறகான சுற்றுலாக்களில் அப்பா நல்ல உணவகத்திற்குப் போகலாமென்றாலே நாங்கள் எல்லோரும் அலறுவோம்.

இதேபோல் மற்றொரு சம்பவம் பழனிக்குச் சென்றபோது நடந்தது. திண்டுக்கல் பேருந்து நிலையம் அருகே இருந்த ஓர் உணவகத்தில் மதிய உணவு சாப்பிடச் சென்றோம். கூட்டம் நிரம்பி வழிந்தது. அரை மணி நேரக் காத்திருப்பிற்குப் பிறகு அவர்கள் கொண்டு வந்தது சோறாக இல்லை. அரிசியாகவே இருந்தது. அப்பா வழக்கம்போல் பொங்கி எழுந்துவிட்டார். சோற்றில் கைவைக்கப்போன எங்களையும் தடுத்துவிட்டார். ஐந்து சாப்பாட்டிற்கும் காசு தரமுடியாதெனச் சொல்லி வெளியேற முற்பட்ட அப்பாவை உணவக ஊழியர்கள் மறிக்க ஒரே தகராறு. “காசைக் கொடுத்துவிடுங்கள்” என்று அம்மா சொன்னதைப் பொருட்படுத்தாமல் “வேகாத சோத்தைப் போடுறானுங்க. நான் என்ன மயித்துக்குக் காசு கொடுக்கணும்?” என்று கத்திக் கூப்பாடு போட்டுவிட்டு வெளியேறிவிட்டார்.

பழனிக்குச் சென்றுவிட்டு ஊர் திரும்புகையில் தவிர்க்க இயலாத சூழலால் திண்டுக்கல்லில் அதே உணவகத்திற்கு இரவு உணவு சாப்பிடச் செல்ல வேண்டியதாயிற்று. நாங்கள் சாப்பிட்டுக் கொண்டிருந்தபோது தோசை ஆறிப்போன

காரணத்துக்காக நான்கு மேசைகள் தள்ளி ஒருவர் கத்திக் கூப்பாடு போட்டுக்கொண்டிருந்தார். எங்களுக்குப் பரிமாறிய ஊழியர் "எங்கேந்துதான் வர்றானுங்களோ தெரியலை சார். நாலு நாளைக்கு முன்னாடி சோறு வெறையா இருக்குன்னு பிரச்சனை பண்ணி ஒரு ஆளு காசே கொடுக்காமப் போயிட்டாரு சார்" என்று அப்பாவிடமே சொல்ல நாங்கள் பொங்கிவந்த சிரிப்பைக் கஷ்டப்பட்டு அடக்கிக்கொண்டோம்.

அன்றைய கூட்டத்திலும் பரபரப்பிலும் அந்த ஊழியர் எங்களைச் சரியாகக் கவனித்திருக்க வாய்ப்பில்லை என்றாலும்கூட அப்பாவை மறந்திருக்க வாய்ப்பே இல்லை. ஆனால் அவரால் அப்பாவைக் கண்டுபிடிக்க முடியாமல் போனதற்கு முக்கியக் காரணம் பழனி முருகன்தான். பழனியில் மீசையையும் தலைமுடியையும் காணிக்கையாகச் செலுத்திவிட்டு விடுதி அறைக்குள் நுழைந்த அப்பாவை அடையாளம் கண்டுகொள்ள முடியாமல் பிள்ளைகள் நாங்களே தடுமாறியபோது அந்த மனிதர் என்ன செய்வார் பாவம்.

இப்படியாக மறக்கவே முடியாத பல சம்பவங்கள் அப்பாவுடனான பயணங்களில் நடந்துள்ளன. பேருந்து ஒன்பது மணிக்குப் புறப்படுகிறது என்றால் ஏழு மணிக்கே பேருந்து நிலையம் செல்லுதல், ஐந்து மணிக்கு வரச்சொன்ன வாடகைக் கார் டிரைவர் ஒரு நிமிடம் தாமதமாக வந்தால் கூட அவனைக் கண்டபடி ஏசுதல், பயணத்திட்டத்தில் சின்ன மாறுதல் நிகழ்ந்தாலும் அதை ஏற்றுக் கொள்ள முடியாமல் மன உளைச்சலுக்கு ஆளாகி அதற்குக் காரணமானவரிடம் கோபத்தை வெளிக்காட்டுதலெனப் பல விஷயங்களில் அப்பாவை யாராலும் சகித்துக்கொள்ள முடியாது. இது போன்ற ராணுவக் கட்டுப்பாடுகளால் எங்களோடு உடன் பயணித்த உறவினர்களும் அண்டை வீட்டார்களும் ஒரு முறைக்கு மேல் வந்ததே கிடையாது. தங்கைக்கு மொட்டை போட்டுக் காது குத்துவதற்காகத் திருப்பதிக்கு எங்களுடன் வந்த செழியன் மாமா ஊர் திரும்பியவுடன் அம்மாவிடம் "அக்கா! இனிமேல் அத்தான் கூட எங்கேயாவது வருவேன்னு நெனைக்கிறே. ஜென்மத்துக்கும் இந்தப் பயணம் போதும்" என்று சொல்லிவிட்டுச் சென்றார்.

அப்பாவின் கண்டிப்பான பயணவிதிகளின் மீது அந்த வயதில் எனக்கிருந்த எரிச்சலும் ஒவ்வாமையும் இப்போது

முற்றிலுமாக மறைந்து விட்டிருக்கின்றன. ஏனென்றால் இப்போது குடும்பத்தோடு நான் மேற்கொள்ளும் பயணங்களில் எனது விதிமுறைகளைச் சகித்துக்கொள்ள முடியவில்லையென எனது கணவரும் பிள்ளைகளும் புகார் சொல்லிக்கொண்டு இருக்கிறார்கள். பயணத்திற்கான தீராத காதலை மட்டுமல்லாது அந்தப் பயணங்களில் கடைப்பிடிக்க வேண்டிய சில விதிகளையும் மறைமுகமாக அப்பா என் மீது படிய வைத்துவிட்டுச் சென்றிருக்கிறாரென்பதை இப்போது உணர்கிறேன்.

அப்பாவோடு பல பயணங்கள் சென்றிருந்தாலும் இந்த ஒரு பயணத்தை மட்டும் என் இறப்புவரை மறக்கவே இயலாது. அப்போது நான் ஒன்றாம் வகுப்பிலிருந்தேன். அன்று ரிக்சாக்காரர் என்னைப் பள்ளிக்குத் தாமதமாகக் கொண்டு போய்ச் சேர்த்தார். காலை வழிபாட்டுக் கூட்டம் பள்ளி மைதானத்தில் நடைபெற்றுக்கொண்டிருந்தது. தாமதமாகப் போனால் உடற்கல்வி ஆசிரியர் தண்டனை வழங்குவாரென்ற பயத்தில் நான் வகுப்பிலேயே இருந்துவிட்டேன். என்னைப் போலத் தாமதமாக வந்த ஒன்றிரண்டு மாணவர்களைத் தவிர அங்கு வேறு யாருமில்லை. அப்போது மிகக் கச்சிதமாகவும் நேர்த்தியாகவும் உடை அணிந்த ஓர் ஆடவர் என்னை நோக்கி வந்தார். வந்து என் அருகில் அமர்ந்தவர் "பாப்பா! நான் ஒங்க அப்பா ஆபிஸ்லேந்து வர்றேன். ஒங்க தோடு ரெண்டையும் அப்பா வாங்கிட்டு வரச்சொன்னாங்க. அழுக்கா இருக்காம். கடையில கொடுத்துச் சுத்தப்படுத்தணுமாம்" என்று சொல்லிவிட்டு நான் காதில் அணிந்திருந்த தங்கத்தாலான வெள்ளரி விதை போன்ற சிறிய தோடுகளைக் கழற்றிக்கொண்டார். பிறகு "இங்கேயே இருங்க. மாமா கழுவி எடுத்துட்டு வர்றேன்" என்று சொல்லிவிட்டுக் காணாமல் போனார். அன்று மாலை நான் பள்ளி முடிந்து வீட்டிற்குப் போனவுடன் அம்மா காதில் தோடு இல்லாததைப் பார்த்துப் பதறிப்போய்க் கேட்க நான் நடந்ததைச் சொன்னேன். அலுவலகம் முடிந்து வீடு திரும்பிய அப்பா "நான் யாரையும் அனுப்பலையே" என்று சொன்னவுடன்தான் தோடு திருடு போயிருக்கிறது என்பது உறுதியானது.

அப்பா உடனே என்னை மிதிவண்டியில் அமரச்செய்து பள்ளிக்கு அழைத்துச் சென்று தலைமை ஆசிரியரிடம் நடந்ததைத் தெரிவித்தார். அவரோ "தங்கத் தோடு போட்டு

பள்ளிக்கு அனுப்பியது உங்கள் தவறு. இதில் நாங்கள் என்ன செய்ய முடியும்?" என்று கூறி முற்றுப்புள்ளி வைத்துவிட்டார். பிறகு அப்பா என்னைச் சைக்கிளில் உட்காரவைத்துக் கொண்டு திருடன் எங்காவது அகப்படலாமென்ற நப்பாசையில் பட்டுக்கோட்டையின் மூலை முடுக்குக்கெல்லாம் அழைத்துச் சென்றார். வழியெல்லாம் "அழகப்பா! நல்லா பார்த்துட்டு வாடா!" என்று கூறிக்கொண்டே வந்தார். ஆனால் நானோ திருடனை அடையாளம் காண்பதை விட்டுவிட்டு வேடிக்கை பார்த்தபடி சென்றுகொண்டிருந்தேன். சின்னக்கடை வீதி, பெரியகடை வீதி, பேருந்து நிலையம், வடசேரி முக்கம், காசாங்குளம், கைகாட்டி, கண்டியன் தெரு, அறந்தாங்கி சாலை, தஞ்சாவூர் சாலை, நீலா தியேட்டர் ரோடு, தலையாரி தெரு, ரவுண்டானா, ரயில்வே ஸ்டேஷன் ரோடு என்று பலவிதச் சாலைகள் வழியாகவும் தெருக்கள் வழியாகவும் அப்பா மிதிவண்டியை மூச்சு வாங்க மிதித்துக்கொண்டிருந்தார். நான் நகர் உலா செல்லும் ஓர் இளவரசி போல் ஜம்மென்று அமர்ந்து கொண்டு இருபுறமும் பார்வையைச் செலுத்திக்கொண்டு வந்தேன். இடையில் ஓரிடத்தில் மிதிவண்டியை நிறுத்தித் தேநீர் அருந்தியவர் எனக்கு மிகவும் பிடித்த ரோஸ் மில்க் வாங்கிக் கொடுத்தார். "வேற எதுவும் வேணுமாடா?" என அவர் கேட்டபோது வாய்ப்பை நழுவவிடக்கூடாது என்ற முடிவோடு "ரப்பர் வேணும்பா" என்று மெல்லச் சொன்னேன். உடனே அரசி புத்தக நிலையத்திற்கு அழைத்துச் சென்றவர் அங்கே பற்பல வண்ணங்களில் குட்டிக் குட்டியாக இருந்த வாசனை அழிப்பான்களில் பத்து வாங்கித் தந்தார். பி.டி.சி பாலர் பள்ளியில் படிக்கும்போது வாசனை அழிப்பான்களை மிட்டாய்கள் போல் நான் தின்பதை அம்மா கண்டுபிடித்த நாளிலிருந்து இந்த வகை அழிப்பான்களுக்குத் தடை விதிக்கப்பட்டது. ஆனால் அன்று தோடு திருடனின் புண்ணியத்தால் கிடைத்த அந்தப் பத்து அழிப்பான்களும் எனக்கு அளவற்ற மகிழ்ச்சியை அளித்தன.

மீண்டும் எங்கள் தேடுதல் வேட்டை தொடங்கியது. எனக்குத் திருடனின் முகம் முற்றிலுமாக மறந்திருந்தது. ஆனால் நான் நினைவில் வைத்திருப்பேன், அடையாளம் காட்டுவேனென்ற தளராத நம்பிக்கையில் அப்பா மிதிவண்டியை மிதித்துக்கொண்டிருந்தார். கிட்டத்தட்ட பாதி பட்டுக்கோட்டையை வலம் வந்தபிறகு இறுதியாக நாங்கள்

சென்ற இடம் நாடி அம்மன் கோயில். அது ஊரின் எல்லை தெய்வம். பேருந்து நிலையத்தை ஒட்டி ரயில்வே கேட்டைக் கடந்து செல்லும் சாலையில் சென்றோம். கோயிலுக்கு அருகில் தாமரையாலும் அல்லியாலும் உடல் மூடியிருந்த குளத்தின் மீது மெல்ல மறைந்துகொண்டிருந்த கதிரவனின் கதிர்கள் விழுந்ததில் அந்த இடமே ரம்மியமாக காட்சி அளித்தது. சந்தியா காலப் பூசை நடந்துகொண்டிருந்தது. நானும் அப்பாவும் கோயிலுக்குள் சென்று வணங்கினோம். கோயிலை விட்டு வெளியே வந்தபோது அப்பா திருடனை மறந்திருந்தார். என் கையில் சில்லறைகளைக் கொடுத்து வாசலில் அமர்ந்திருந்த பிச்சைக்காரர்களின் திருவோட்டில் போடச் சொன்னார்.

நாங்கள் திரும்பி வந்தபோதுதான் அந்த அற்புதம் நிகழ்ந்தது. ரயில்வே கேட் மூடியிருந்தது. அப்பா மிதிவண்டியை நிறுத்திவிட்டு "ரயில் வரப்போகுதுடா அழகப்பா" என்றார். அதுவரை நூல் வழியாகவும் செவி வழியாகவும் மட்டுமே ரயிலை அறிந்திருந்தேன். உற்சாகமும் பரபரப்பும் தொற்றிக்கொண்டது. எங்கோ தொலைவில் கேட்ட ரயிலின் ஒலி என் இரத்த நாளங்களை ஆனந்தத்தால் நிரப்பிக் கிறுகிறுக்கச் செய்தது. சில நொடிகளில் பெரும் குரல் எழுப்பியவாறு என்னைக் கடந்தது ரயில். நான் அமர்ந்திருந்த மிதிவண்டிக்குச் சிறகுகள் முளைத்து அப்படியே பறந்து சென்று ரயிலின்மீது அமரக்கூடாதா என்று ஏக்கமாக இருந்தது. ரயிலுக்குள் அமர்ந்திருந்தவர்கள் கண் இமைக்கும் நொடியில் பார்வையிலிருந்து மறைவது போல் நானும் மறைந்து போக வேண்டுமென ஆசையாக இருந்தது. தண்டவாளப் பாதையைப் போலவே ரயிலும் முடிவற்றதாக இருக்குமென்று நம்பியிருந்த என்னிடம் கடைசிப் பெட்டி கையசைத்து விடைபெற்றது தாளமுடியாததாக இருந்தது. கடந்து போயிருந்த ரயிலோடு சேர்ந்து மனமும் சிறகு விரித்துப் பறந்துகொண்டிருந்தது. பயணத்திற்கான தீரா வேட்கையை என்னுள் நிரப்பிய அப்பாவோடு பயணத்திற்கான சிறந்த ஊர்தியென நான் எப்போதும் கொண்டாடும் ரயிலை முதன் முதலாகப் பார்க்க வைத்த அந்த மிதிவண்டிப் பயணம்தான் என் வாழ்வின் ஆகச் சிறந்த பயணம்.

பசி தாங்கான்

பொதுவாகவே ஆண்கள் பசி பொறுக்க முடியாதவர்களாக இருப்பதைக் கவனித்திருக்கிறேன். என் கணவருக்குப் பசி வந்து சாப்பிடச் சில நிமிடங்கள் தாமதமானால்கூட அன்றைய நாள் முழுதும் தலைவலியால் அவதிப்படுவார். என் அப்பாவுக்குப் பசி வந்து சாப்பிடச் சில நொடிகள் தாமதமானாலோ அவரது கோபத்திற்கு ஆளாகிச் சுற்றி இருக்கும் நாங்கள் குறிப்பாக அம்மா நாள் முழுதும் பயங்கரத் தலைவலியால் அவதிப்பட நேரிடும்.

ஓர் அண்ணன், ஒரு தம்பி, ஒரு தங்கை என அப்பாவுடன் பிறந்தவர்கள் மூன்று பேர். சித்தப்பாவும் அத்தையும் இரட்டைப் பிள்ளைகள். மூத்த பிள்ளை என்பதால் பெரியப்பா மீதும் நோஞ்சான் பிள்ளை என்பதால் சித்தப்பா மீதும் அப்பாயிக்குப் பிரியம் அதிகமாம். நடுப்பிள்ளையாகப் பிறந்துவிட்டிருந்த அப்பா தனது அம்மாவின் கவனத்திற்காக ஏங்கி அது கிடைக்காமல் போன ஏமாற்றத்தில்தான் முன் கோபம், முரட்டு சுபாவம், வீண் பிடிவாதம் போன்ற குணாதிசயங்களால் பீடிக்கப்பட்டாரோ என நான் எண்ணுவதுண்டு. அப்பாவின் சிறுபிராயத்தில் ஏழ்மையான குடும்பப் பின்னணியால் நல்ல சாப்பாடு கிடைப்பது அரிதாக இருந்திருக்கிறது. இருக்கும் கஞ்சியை மூத்த பிள்ளைக்கும் கடைசிப் பிள்ளைக்கும் அப்பாயி

பரிமாறிவிட்டு வருவதற்குள் அப்பா எள்ளும் கொள்ளுமாய் நிற்பாராம்.

அப்பாவின் மற்றொரு குணாதிசயம் சுத்தத்திற்கு அதிக முக்கியத்துவம் கொடுப்பது. அப்பாவின் பெரியம்மாவுக்குக் குழந்தைகள் கிடையாது. அவருக்கு அப்பாதான் செல்லப் பிள்ளை. தனது பெரியம்மா பரிசாகக் கொடுத்த அழகான வெண்கலக் கூம்பாவில்தான் அப்பா சாப்பிடுவாராம். அந்தக் கூம்பாவை யாரும் தொடக்கூடாதாம். வம்பிழுக்கும் நோக்கத்தோடு பெரியப்பாவும் சித்தப்பாவும் எச்சில் கையால் கூம்பாவைத் தொட்டால் அப்பா கஞ்சிக் கூம்பாவைத் தூக்கி அப்படியே தரையில் வீசி அடித்துவிட்டு அப்பாயியின் அடியிலிருந்து தப்பிக்க மின்னல் வேகத்தில் வீட்டை விட்டு வெளியே ஓடுவிடுவாராம். ஊரெல்லாம் சுற்றிவிட்டுப் பசி பொறுக்காமல் வீடு திரும்புபவரை அப்பாயிடமிருந்து காப்பாற்றும் ஆபத்பாந்தவனாக தாத்தா இருந்திருக்கிறார்.

அப்பா இன்னொரு வேடிக்கையான சம்பவத்தையும் அடிக்கடி குறிப்பிடுவதுண்டு. மதிய உணவுக்கு அனைவரும் கூடி அமர்ந்திருக்கையில், அப்பா பசியில் கொதித்துக் கொண்டிருக்கையில், வழக்கம்போல் அப்பாயி மற்ற இரு பிள்ளைகளுக்கும் கஞ்சி வைத்துக்கொண்டிருக்கையில் இரு பிச்சைக்காரர்கள் தினசரி வாசலில் வந்து நின்றுவிடுவார்களாம். "அம்மணி! சோறு!" என்று ஒருவனும் "அம்மணி! வெஞ்சனம்!" என்று மற்றொருவனும் குரல் கொடுப்பார்களாம். அதைக் கேட்டவுடன் அப்பாயி அப்பாவை மறந்துவிட்டு "என் பேரை வாய் கொள்ளாமக் கூப்பிடுறானுங்க" என்று சொல்லிய வாறு வாயெல்லாம் பல்லாகக் கஞ்சியையும் குழம்பையும் எடுத்துக்கொண்டு ஓடுமாம். அப்பாயியின் பெயர் அம்மணி அம்மாள். "யம்மா! அவனுங்க ஒன் பேரைச் சொல்லலை" என்று பலமுறை சொல்லியும் அப்பாயி பொருட்படுத்தாத காரணத்தால் "ஒங்களால எனக்குக் கஞ்சி கெடைக்க மாட்டேங்குதுடா" என்று கத்திக்கொண்டே அப்பா அந்த இரு பிச்சைக்காரர்களையும் விரட்டி அடிப்பாராம்.

வெற்றிலை போடும் பழக்கமிருந்த அப்பாயி பாக்கிற்கு அடிமையாகிச் சோவை பீடித்து அப்பாவின் பதினாறு வயதில் இறந்து போனார். இளம் வயதிலேயே அன்னையை

நெருப்புக்குத் தின்னக்கொடுத்த காரணத்தாலோ என்னவோ அப்பா பசிக்கும் ருசிக்கும் முக்கியத்துவம் கொடுப்பவராக மாறிப்போனார். மின்சார வாரியப் பணி காரணமாக பல்வேறு ஊர்களில் வாழ நேரிட்ட முப்பத்து மூன்று வயது வரையிலான பிரம்மச்சாரி வாழ்வில் அப்பாவுக்கு வீட்டுச் சாப்பாடு என்பது குதிரைக் கொம்பாகத்தான் இருந்துள்ளது. தான் பெண் பார்த்துத் திருமணம் செய்து வைத்து வீட்டிற்கு அழைத்து வந்த அண்ணி என்ற தாயின் கையால் நல்ல உணவு கிடைக்குமென்ற அப்பாவின் கனவு கனவாகவே தங்கிப்போனது. அதனால் பணிமாற்றம் கிடைத்து இறுதியாகப் பட்டுக்கோட்டைக்கு வந்த பின்னும் அங்கிருந்து ஏழு கிலோ மீட்டர் தொலைவே இருந்த சொந்த ஊரான செண்டாங்காட்டிற்குப் போகாமல் பட்டுக்கோட்டையிலேயே அறை எடுத்துத் தங்கிவிட்டார்.

அம்மாவைத் திருமணம் செய்துகொண்ட பிறகுதான் அவரது நாக்கின் ருசி மொட்டுகளுக்கு வசந்த காலம் பிறந்துள்ளது. வீட்டின் முதல் மாப்பிள்ளையான செண்டங்காட்டாருக்கு (அம்மா ஊரில் அப்பாவை அனைவரும் இப்படித்தான் அழைப்பார்கள்) அம்மாச்சி வீட்டில் வெடைக்கோழி குழம்பு இல்லாமல் சாப்பாடு இருந்ததில்லை. "எங்க நான் சாப்பிட்டே அழிச்சுடுவேன்னு பயந்துதான் ஒங்க பெரியப்பா சொத்தைப் பிரிக்கச் சொல்லிட்டாரு போல" என்று அப்பா அம்மாவிடம் சொல்லிச் சிரிப்பதுண்டு. தனது அன்னையின் மறைவுக்குப் பின் பசிக்கும் ருசிக்கும் அப்பா தந்த முக்கியத்துவம் மாமியார் வீட்டு விருந்துச் சாப்பாட்டால் இன்னும் கூடிப்போனது. திருமணம் வரை அடுக்களைப் பக்கமே போகாமல் செல்லமாக வளர்ந்த அம்மா அப்பாவுக்காகவே ருசியாகச் சமைக்கக் கற்றுக்கொண்டாலும் சாப்பாட்டு விஷயத்தில் அப்பாவைத் திருப்திபடுத்துவதென்பது அம்மாவுக்குத் தினசரி சவால்தான்.

அசைவ உணவின் அதிலும் குறிப்பாக மீன் குழம்பின் காதலனாக இருந்த அப்பாவுக்கு சைவ உணவு என்றாலே வேப்பங்காயாகக் கசக்கும். மீனிலும் குறிப்பாக விரால் மீன் குழம்பு என்றால் தனது சொத்தையே எழுதி வைத்துவிடுவார். எனது திருமணத்திற்குப் பிறகு சென்னையிலிருந்து கம்பன் எக்ஸ்பிரஸில் பட்டுக்கோட்டைக்குச் செல்லும்போதெல்லாம் ரயில் நிலையத்தில் காத்திருக்கும் அப்பா எங்களை ஆட்டோவில் ஏற்றி வீட்டுக்கு அனுப்பிவிட்டு விரால் மீன் வாங்க நேராக

மார்க்கெட் போய்விடுவார். "நீங்க விரா மீன் கொழம்பு சாப்பிட மாப்பிள்ளை ஒரு சாக்கு" என்று அம்மா கிண்டலடிப்பார். வழவழ எனக் கையில் பிடிக்க முடியாமல் வழுக்கிக்கொண்டு ஓடும் விரால் மீனைச் சுத்தப்படுத்துவதென்பது நச்சுப் பிடித்த ஒரு வேலை. சாம்பலில் புரட்டி எடுத்துச் சொரசொரப்பான சிமெண்ட் தரையில் வழவழப்புப் போக வெள்ளை நிறமாகத் தேய்த்து எடுப்பதற்கு அதிக நேரம் பிடிக்கும். ஆனால் அப்பாவோ மீனை வாங்கி வந்து கொடுத்த ஒரு மணி நேரத்துக்குள் சமையல் தயாராகிவிட வேண்டுமென்று எதிர்பார்ப்பார். "மீன் கொழம்புன்னா மட்டும் ஒங்கப்பனுக்குப் பசியும் வயிறும் வேறொண்ணா மாறிடும்" என்று அம்மா எரிந்து விழுவார்.

பசி தாங்க முடியாத காரணத்தாலோ என்னவோ அப்பா பெரிதாக எந்த விரதங்களும் இருந்ததில்லை. எனக்கு விவரம் தெரிந்த நாளிலிருந்து அவர் இரண்டே இரண்டு விரதங்கள்தான் கடைப்பிடித்தார். அவற்றுள் ஒன்று எனக்கான விரதமாக இருந்தது. யாரோ ஒரு சோதிடன் எனக்கு இரண்டு வயதில் கண்டம் இருக்கிறதென்று கூறிப் பரிகாரமாகச் சொன்ன சனிக்கிழமை விரதத்தை அப்பா தவறாமல் கடைப்பிடித்தார். மற்றொரு விரதத்தை ஆண்டுதோறும் அப்பாயியின் நினைவு தினத்தன்று கடைப்பிடித்தார். ஆனால் அப்பாயியின் நினைவு நாள் என் தங்கையின் பிறந்த நாளாக மாறிப்போன பின்பு அப்பா அந்த விரதத்தைக் கைவிட்டார். "நான் பசி தாங்க மாட்டேன்னு எங்கம்மாவுக்குத் தெரியும். என்னைச் சாப்பிட வைக்கத்தான் அதே நாள்ல வந்து பொறந்திருக்கு" என்று சொல்லிப் புளகாங்கிதம் அடைவார்.

அப்பாவின் விரத நாளான சனிக்கிழமைகள் பெரும்பாலும் ஒரே மாதிரியாகத்தான் இருக்கும். காலையில் எழுந்து, குளித்து, இடுப்பில் நீரில் நனைத்துப் பிழிந்த காசித்துண்டைக் கட்டிக்கொண்டு, அந்தத் துண்டைக் கட்டிகிட்டுத் தெருவுக்குப் போகாதீங்க மானம் போகுது என்று அம்மா கத்துவதைப் பொருட்படுத்தாமல் வீட்டின் முன்புறத்தில் பூத்திருக்கும் சிவப்புச் செம்பருத்திகளைப் பறிக்கச் செல்வார். பூஜை அறைக்குச் சென்று அனைத்துச் சாமி படங்களுக்கும் பூ வைப்பார். பிறகு வழிபாட்டை முடித்து செய்தித்தாளைக் கையில் எடுக்கும்வரை அவரது வாய் ஏதாவது ஒரு பக்திப்

பாடலை முணுமுணுத்தவாறே இருக்கும். காலை உணவைத் தவிர்ப்பதால் மதிய உணவைப் பன்னிரண்டரை மணிக்குள் முடித்துவிடுவார். பிறகு ஒரு நீண்ட தூக்கம் போடுவார். இரவில் சோற்றைத் தவிர்த்து இட்லி, தோசை போன்ற பலகாரங்களைச் சாப்பிடுவார்.

இப்படியான ஒரு சனிக்கிழமையில்தான் 2008 ஆம் ஆண்டு அப்பா திடீர் மாரடைப்பால் மரணமடைந்தார். தனது விரத நடைமுறைகளை வழக்கம்போல் முடித்துவிட்டு மதியம் உறங்கப் போனவரை அவரது இருசக்கர வாகனத்தில் அமர்ந்திருந்த எமன் அழைத்திருக்கிறான். படுப்பதற்கு முன்பு பைக்கைத் துடைத்து சுத்தம் செய்துவிடலாமென்ற நினைப்பில் அந்த வேலையில் இறங்கியவர் பைக்கை ஸ்டார்ட் செய்ய முற்பட எமனின் பாசக்கயிற்றால் கட்டுண்டிருந்த பைக் மக்கர் செய்ய அப்பாவுக்கும் எமனுக்குமான போராட்டம் தொடங்கியிருக்கிறது. போராட்டத்தில் தோல்வி அடைந்த அப்பா அறைக்குள் சென்று சட்டையை எடுத்து மாட்டிக்கொண்டு பழுது பார்க்கும் கடைக்குப் பைக்கைக் கொண்டு சென்றிருக்கிறார். உச்சி வெயிலில் வியர்வை வழிந்தோடத் தெரு முனையில் பைக்கைத் தள்ளிக்கொண்டே சென்ற அப்பாவை வீட்டு வாசலிலிருந்து பார்த்த அம்மா “என்னாச்சு இவருக்குப் போயிட்டு வர்றேன்னு கூடச் சொல்லாமக் கௌம்பிப் போறாரு. வெயில் தணிஞ்சு போகக்கூடாதா?” என்று மனதுக்குள் புலம்பி இருக்கிறார். அதுதான் அப்பா அம்மாவிடம் சொல்லிக்கொள்ளாமல் புறப்பட்டுச் சென்ற முதலும் இறுதியுமான தருணம். சத்தியவான் சாவித்திரி விஷயத்தில் கிடைத்த அனுபவத்தால் எமன் அப்பாவை அம்மாவிடம் பேசவிடாமல் செய்துவிட்டான் போலும். பட்டுக்கோட்டை தலைமைத் தபால் நிலையம் அருகிலிருந்த பழுது பார்க்கும் கடைக்கு வண்டியைக் கொண்டு சென்று சரிபார்க்கச் சொல்லிவிட்டு அங்கே கிடந்த ஒரு கல்லில் அப்பா அமர்ந்திருக்கிறார். அமர்ந்தவரை அப்படியே ஆதுரமாக அணைத்து அழைத்துச் சென்றிருக்கிறான் எமதர்மன்.

அப்பாவின் மரணச்செய்தி கேட்டுச் சிங்கப்பூரிலிருந்து நான் கிளம்பிச் சென்றபோது பயணம் முழுவதும் ஒரே ஒரு கேள்விதான் என் மண்டைக்குள் ஓடிக்கொண்டே இருந்தது. ‘அப்பா விரதம் இருக்கிற நாளாச்சே. சாப்பிட்டாங்களா இல்லையா?’ என்ற கேள்வி மட்டுமே என் மனதை முழுதுமாக

ஆக்கிரமித்திருந்தது. மரண வீடு சேர்ந்து ஐஸ் பெட்டிக்குள் இருந்த அப்பாவின் உடலைப் பார்த்துக் கதறிய என்னைக் கட்டிக்கொண்டு அழுத மங்கை சித்தியிடம் அழுதுகொண்டே நான் கேட்ட கேள்வி "அப்பா சாப்டாங்களா?" என்பதுதான். அந்தக் கேள்வியை எதிர்பார்க்காத சித்தி "நெறைஞ்ச வயிறோட தான் போயிருக்காரு" என்று சொல்லிவிட்டு வெடித்து அழுதது. அத்தனை துக்கத்திலும் வேதனையிலும் அந்தப் பதில் மனதுக்கு இதமாக இருந்தது.

சுடுகாட்டுக்குப் புறப்படுவதற்கு முன் அப்பாவை இறுதியாக ஒரு முறை தொட்டுப் பார்க்க வாய்ப்புக் கிடைத்தபோது அப்பாவின் வயிற்றை மட்டும்தான் தொட்டேன். அப்பா உறங்குகையில் ஏறி இறங்கும் வயிற்றின் மேல் படுத்து விளையாடியவள் எந்தவித அசைவுகளுமற்று அமைதியாய் இருந்த வயிற்றைத் தொட்டபோது உடைந்தேன். பதினாறு வயதில் அன்னையைப் பறிகொடுத்த நாளிலிருந்து அணைக்கவியலாத் தீயாகக் கொழுந்துவிட்டு எரிந்து கொண்டிருந்த வயிறு அன்று குளிர்ந்து இறுகிப்போய்க் கிடந்தது. வாழ்நாள் முழுதும் பசி பொறுக்க முடியாத மனிதராக இருந்த அப்பா நிறைந்த வயிறோடு இறுதி யாத்திரைக்குப் புறப்பட்டது மனதுக்குச் சற்று ஆசுவாசத்தை அளித்தது. இறந்த பிறகு வாய்க்கரிசி போட்டுத் தேற்றிக் கொள்வதற்குப் பதிலாக உயிருடன் இருக்கும்போதே வயிற்றுக்கு அரிசி போட்டு அப்பாவை அனுப்பி வைத்த வகையில் மனம் அமைதி அடைந்தது. பதினாறு நாட்கள் கழித்துக் கருமாதி முடித்து, எண்ணெய் தேய்த்துக் குளித்து, அசைவ உணவு உண்டபோது வாழை இலையில் வைக்கப்பட்ட விரால் மீன் தொண்டையில் இறங்க மறுத்தது.

அப்பாவின் நினைவாக ஏதாவது ஒரு பொருளை எடுத்துச் செல்லுங்கள் என்று அம்மா சொன்னபோது தங்கை அப்பாவின் நவரத்தின மோதிரத்தை எடுத்துக்கொண்டாள். நான் அப்பாவின் பசி போக்கிய பாத்திரமான வெண்கலக் கூம்பாவை எடுத்துக்கொண்டேன். என் வீட்டுப் பூஜை அறையில் சாமி படங்கள் இருக்கும் அலமாரியில் அப்பாவின் புகைப்படத்திற்கு அருகில் வைத்திருக்கும் அந்த வெண்கல கூம்பாவைத் தினசரி தொடும்போதெல்லாம் அப்பாவின் குளிர்ந்த வயிற்றைத் தொடும் உணர்வு தோன்றி மனதையும் கண்களையும் நிறைத்துவிடும்.

மண்டியிட்ட ஆசான்

அப்போது நான் பத்தாம் வகுப்பில் இருந்தேன். புது வீடு கட்டிக்கொண்டு சுண்ணாம்புக்காரத் தெருவுக்குக் குடிவந்து எட்டு மாதங்கள் ஓடி இருந்தன. அன்றைய தினம் வழக்கம்போல்தான் விடிந்தது. எட்டரை மணிக்குப் பள்ளிக்குச் செல்ல வேண்டுமென்பதால் அம்மா வழக்கம்போல் சிட்டாய்ப் பறந்து வேலை பார்த்துக்கொண்டிருந்தார். அப்பாவுக்கு அலுவலகம் பத்துமணி என்பதால் நிதானமாகத்தான் கிளம்புவார்.

நானும் தங்கையும் கொல்லைப்புறமிருந்த கிணற்றடியில் அமர்ந்து வீட்டுப்பாடம் செய்துகொண்டிருந்தோம்.தம்பி நடுக்கூடத்தில் உறங்கிக்கொண்டிருந்தான். சின்னத் தாத்தா குளித்துக்கொண்டிருந்தார்.அப்பா எங்கள் அருகில் அமர்ந்து முகச்சவரம் செய்து கொண்டிருந்தார்."காலையிலேந்து ஒருத்தி தனியாக் கெடந்து அல்லாடுறதைப் பார்க்கிறீங்கதானே. கொஞ்சமாவது ஒத்தாசையா இருக்கிங்களா" என்று புலம்பிக்கொண்டே அம்மா அடுப்படிக்கும் கிணற்றடிக்குமாய் மாறி, மாறி ஓடிக்கொண்டிருந்தார். ஆனால் அப்பா அதைக் கண்டுகொள்ளாமல் சிரைப்பதில் மும்முரமாக இருந்தார்.

அப்போது யாரோ வீட்டுக் காம்பவுண்ட் கிரில் கேட்டைத் திறக்கும் சத்தம் கேட்டது. எட்டிப் பார்த்த அப்பா சட்டென்று முகத்திலிருந்த சவுக்காரத்தைத் துண்டால் முற்றிலுமாகத்

துடைத்துவிட்டு வேகமாக எழுந்து சென்றார். முக்கியமான நபர்கள் வந்தாலொழிய அப்பா சிரைப்பதைப் பாதியில் கைவிட்டுவிட்டு எழுந்து செல்லமாட்டாரென்பதால் வந்திருப்பது யார் என்று அறியும் ஆவலில் நானும் எட்டிப்பார்த்தேன். அம்மாவின் ஊரான புலவன்காட்டிலிருந்து மாணிக்கம் வந்திருந்தார்.

அம்மாவின் கிராமத்தில் நிகழும் மரணங்கள் பற்றிய செய்தியை மாணிக்கம்தான் எங்கள் வீட்டுக்குக் கொண்டு வருவார். சிறு வயதிலிருந்து அவரை நான் பார்த்து வருகிறேன். துஷ்டி செய்தி கொண்டு வரும் அவருக்கு அப்பா பணம் கொடுத்தனுப்புவார். "சாப்பிட்டுட்டுப் போ மாணிக்கம்" என்று அம்மா சொல்லும்போதெல்லாம் "இன்னும் நெறைய எடத்துக்குப் போக வேண்டியிருக்கு தங்கச்சி" என்று சொல்லிவிட்டு உடனே புறப்பட்டுவிடுவார். அம்மாவும் அப்பாவும் வீட்டில் இல்லாத சமயங்களில் வந்தால் என்னிடம் துஷ்டி செய்தியைச் சொல்லிவிட்டுப் "பாப்பா! நான் சொன்ன மாதிரியே அம்மாகிட்ட சொல்லணும். எதுவும் மாத்திச் சொல்லிப்புடாதீங்க" என ஒன்றுக்கு இரண்டு முறை கூறிவிட்டுச் செல்வார்.

அன்றும் ஏதோ இறப்புச் செய்திதான் கொண்டு வந்திருக்கிறார் என்பது புரிந்ததால் நான் வீட்டுப்பாடம் செய்வதைத் தொடர்ந்தேன். சில வினாடிகள் கழித்து யாரோ உரத்த குரலில் அழும் சத்தம் கேட்டது. மீண்டும் எட்டிப்பார்த்தேன். அம்மா வீட்டு வாசற்படியில் அமர்ந்து தலையில் அடித்துக் கொண்டு சத்தமாகக் கதறி அழுதுகொண்டிருந்தார். நான் எழுந்து வேகமாக வாசலுக்கு ஓடினேன். மாணிக்கம் துண்டால் வாயைப் பொத்திக்கொண்டு தலை குனிந்து நின்றிருந்தார். "தைரியமா இரு தமிழ்!" என்று அம்மாவிடம் திரும்பத் திரும்பக் கூறிய அப்பா உள்ளே சென்று பணத்தை எடுத்துவந்து மாணிக்கத்திடம் கொடுத்தார். மாணிக்கம் எதுவும் பேசாமல் தலையசைப்பில் அப்பாவிடம் சொல்லிவிட்டுக் கிளம்பிச் சென்றார்.

அம்மா அழுவதைப் பார்த்தாலே போதும் நான் அழ ஆரம்பித்துவிடுவேன். இப்போது வரை என்னால் அதைத் தவிர்க்க முடிந்ததில்லை. இறந்தது யார் என்று தெரியாமலேயே

நானும் அழ ஆரம்பித்திருந்தேன். இரண்டு வீடுகள் தள்ளிக் குடி இருந்த கமலா ஆசிரியையிடம் பள்ளிக்கு விடுப்பு சொல்ல அம்மா என்னை அனுப்பியபோதுதான் இறந்தது அம்மாவைப் பெற்ற தாத்தா என்பதே எனக்குத் தெரிய வந்தது. அதிர்ந்து போனேன். அம்மாவுக்காக அழுதுகொண்டிருந்த நான் தாத்தாவுக்காக அழ ஆரம்பித்தேன்.

தாத்தாவின் பெயர் பழனியப்பன். அடர் கறுப்பு நிறத்தில் குட்டையாக இருப்பார். நல்ல உழைப்பாளி. திடகாத்திரமான உடல்கொண்ட மனிதர். முதுகு படர்ந்து கரும்பலகை போலிருக்கும். கோவணமும் தொடைவரை சுருட்டிய அழுக்கான வேட்டியும்தான் அவரது உடைகள். ஒரத்தநாடு சந்தைக்குப் போகும்போது மட்டும்தான் தொளதொளவென வெள்ளை அரைக்கைச் சட்டை அணிந்து செல்வார். விவசாயத்தைத் தவிர வேறு எதுவும் அறியாதவர். வயலும் மாடுகளும் மட்டுமே வாழ்வென வாழ்ந்தவர். இரவு நேரத்தில் வீட்டுத் திண்ணையில் இருளோடு கரைந்து அமர்ந்து சுருட்டுப் பிடிப்பார். சுருட்டின் ஒற்றைத் தீப்புள்ளியின் வழியாகத்தான் அவர் அங்கு அமர்ந்திருப்பதையே கண்டுகொள்ள முடியும். அவர் வாய் வழியாகப் புகை விடுவதை பேரப் பிள்ளைகளான நாங்கள் வாயைப் பிளந்துகொண்டு வேடிக்கை பார்ப்போம். அவரைப் போன்றவர்களை நோய்மூலம் அழைத்துச் செல்ல இயலாது என்பதைத் தெளிவாக அறிந்திருந்த எமன் கயிற்றின் மூலம் அழைத்துச் சென்றிருந்தான். ஆமாம். தாத்தா தூக்கு மாட்டித் தற்கொலை செய்து கொண்டிருந்தார்.

அம்மாவுக்கு ஒரு தங்கை, ஒரு தம்பி என இரண்டு உடன்பிறப்புகள். தவமாய்த்தவமிருந்து கடைசியாகப் பெற்ற ஆண் பிள்ளை தனது பெருமையையும் குடும்பத்தின் பெருமையையும் காப்பாற்றுவானென்று உறுதியாக நம்பியிருந்த தாத்தாவின் கனவுகள் மாமாவின் குடிப்பழக்கத்தால் முற்றிலுமாகச் சிதைந்திருந்தன. ஒரு மனிதனின் வீழ்ச்சியைத் தினசரி பார்ப்பதும் ஆனால் ஒன்றுமே செய்ய இயலாமல் கையறு நிலையில் நிற்பதும் வாழ்வின் ஆகப் பெரிய துயரங்களில் ஒன்றாகும். அந்த மாபெரும் துயரை மாமாவின் வழியாக நாங்கள் அனைவரும் எதிர்கொண்டோம். ஆரம்பக் கட்டத்திலிருந்த மாமாவின் குடிப்பழக்கம் அவரது முதல் திருமணம் விவாகரத்தில் முடிந்த பிறகு மிகவும் தீவிரமானது.

மாமாவுக்கு இரண்டாவது திருமணம் செய்யலாமென்றும், திருமணம் செய்து வைத்தால் திருந்த வாய்ப்பிருக்கிறதென்றும் பேச்சுகள் எழுந்தபோது “அவன் ஒரு நாளும் திருந்தப் போறதில்லை. இன்னொரு பொண்ணைக் கட்டிவச்சு அது வாழ்க்கையையும் நாசமாக்காதீங்க” என்று கூறி அப்பா கடுமையாக எதிர்த்தார். ஆனால் அப்பாவின் எதிர்ப்பையும் மீறித் திருமணம் நடந்தேறியது. இதனால் அப்பாவுக்கும் தாத்தாவுக்குமிடையே மனவிரிசல் ஏற்பட்டது. வீட்டின் மூத்த மாப்பிள்ளையான தனது சொல்லுக்கு மரியாதை இல்லாமல் போய்விட்டதே என்ற ஆதங்கத்தாலும் சுய அகங்காரத்தாலும் அப்பா அம்மா வீட்டு உறவினர்கள் மீது தனது கோபத்தை வெளிக்காட்டத் தொடங்கினார்.

அப்பா சொன்னது போலவே இரண்டாவது திருமணத்திற்குப் பிறகு மாமாவின் குடிப்பழக்கம் இன்னும் மோசமடைந்தது. இதனால் அம்மாவுக்கும் அப்பாவுக்குமிடையே வீண் சச்சரவுகள் தோன்றி மறைந்த வண்ணமிருந்தன. குடும்பத்தில் நடக்கும் அனைத்து நிகழ்வுகள் முன்பும் ஒரு பார்வையாளனாக இருக்கின்ற வரமும் சாபமும் வீட்டின் மூத்த பிள்ளையான எனக்கு வாய்த்தது. அன்றும் அப்படித்தான் கண்ணீர் சிந்தியவாறு அனைத்தையும் வேடிக்கை பார்த்துக்கொண்டிருந்தேன். வீடே பரபரப்பானது. அப்பா கிளம்பிச் சென்று ஒரு வாடகை டாக்ஸி அழைத்து வந்தார்.

பட்டுக்கோட்டையிலிருந்து இருபது கிலோமீட்டர் தொலைவிலுள்ள புலவன்காடு கிராமத்துக்குப் போகும்வழி முழுதும் அம்மா எதைஎதையோ நினைத்துக் கண்ணீர் மல்கிக் கொண்டிருந்தார். சில சமயங்களில் அவரையும் மீறிக் குலுங்கிக் குலுங்கி அழுதார். நானும் தங்கையும் அம்மா அழுவதைக் காணச் சகிக்காமல் அவரோடு சேர்ந்து அழுதோம். நல்ல உறக்கத்தில் இருந்தவனை எழுப்பி அழைத்து வந்ததால் தூக்கம் கலைந்த எரிச்சலில் ஆறு வயதுத் தம்பியும் எங்களோடு சேர்ந்து அழுதான். அப்பா எதுவும் பேசாமல் சாலையை வெறித்துப் பார்த்துக்கொண்டு முன் இருக்கையில் அமர்ந்திருந்தார்.

முப்பது நிமிடங்களில் அம்மாச்சி வீட்டை அடைந்தோம். வீட்டுக்குப் பக்கத்திலிருந்த மாட்டுக் கொட்டகை உத்தரத்தில் தாத்தா தூக்கில் தொங்கி இருக்கிறார். நாங்கள் சென்றபோது

அவரது உடலை வீட்டுத் திண்ணைக்கு கொண்டுவந்து கிடத்தியிருந்தார்கள். எனது குழந்தைமையின் அனைத்துச் சந்தோஷங்களையும் தன்னகத்தே கொண்டிருந்த அம்மாச்சி வீட்டின் மீது முதன்முதலாக மரணத்தின் சாயல் படிவதை என்னால் சீரணிக்கவே முடியவில்லை. அதுவரை உள்ளுக்குள் கொஞ்சமாய் ஒட்டியிருந்த பாசமும் ஈரமும் காய்ந்துபோய் மாமா மீது வெஞ்சினம் எழுந்தது. ஆனால் சின்ன அம்மாச்சி மார்பில் அடித்துக்கொண்டு "சாகுற மனுசனாடா அவரு? கொன்னுட்டியேடா. நீ நல்லாவே இருக்கமாட்டடா" என்று கதறியவாறு மண்ணை வாரி மாமா மீது தூற்றிய கணத்தில் வெஞ்சினம் கரைந்து காணாமல் போனது. "கடவுளே! மாமா நல்லா இருக்கணும்!" என்று மனம் சத்தம் போட்டு அரற்றி அழுதது.

நேரம் நகரநகர சாவு வீட்டுக்கே உரித்தான தொடுகைகளும் ஒலிகளும் மணங்களும் ருசிகளும் அம்மாச்சி வீட்டில் வந்து அமைந்துகொண்டிருந்தன. பறையின் ஒலியும் பெண்களின் ஒப்பாரியும் மனதை ஏதோ செய்தன. மெல்ல எழுந்து கொல்லைப்புறத்திற்குச் சென்றேன். அங்கு நின்ற அந்த ஒற்றை நார்க்காய்ச்சி மாமரத்தைப் பார்த்தவுடன் அழுகை முட்டியது. அதிலிருந்து விழும் மாம்பழங்களை விடியற்காலை வயலுக்குப் போகும்முன் எங்களுக்காக தாத்தாப் பொறுக்கி எடுத்து வைத்திருப்பார். அப்போதுதான் கவனித்தேன். தாத்தா தூக்கு மாட்டிக்கொண்ட மாட்டுக் கொட்டகையை நோக்கி அப்பா நடந்துகொண்டிருந்தார். எனக்கும் அவ்விடத்தைக் காண வேண்டுமென்ற ஆவல் உந்தியதால் நானும் கொட்டகையை நோக்கி நடக்கலானேன்.

கொட்டகைக்குள் நுழைந்தபோது நான் கண்ட காட்சி பெரும் ஆச்சர்யத்தையும் அதிர்ச்சியையும் தந்தது. அப்பா முழந்தாளிட்டுக் கைகளைக் கூப்பியவாறு மேலே பார்த்து அழுதுகொண்டிருந்தார். உத்தரத்தில் தாத்தா தூக்கிலிட்டுக்கொண்ட கயிற்றின் ஒரு பகுதி தொங்கிக் கொண்டிருந்தது. மூலையிலிருந்த குலுமைக்குப் பின்னால் நான் மறைந்துகொண்டேன். அதுவரை அப்பா அழுது நான் பார்த்ததே கிடையாது. தன்னைப் பெற்ற தகப்பனின் இறப்புக்குக்கூட ஒரு சொட்டுக் கண்ணீர் சிந்தாதவர்

மாமனாருக்காக அழுவது எனக்குப் புதிதாகவும் வியப்பாகவும் இருந்தது.

அப்போது எதிர்பாராதவிதமாகக் கொட்டகைக்குள் நுழைந்தார் குப்பாயி அப்பாயி. இவர் தாத்தாவின் அக்கா. திருமணம் முடிந்து சில மாதங்களிலேயே கணவனைப் பறிகொடுத்த காரணத்தால் தம்பி வீடே கதி என்று வாழ்ந்தவர். எப்போது பார்த்தாலும் கையில் விளக்குமாறோடுதான் காட்சி அளிப்பார். அதனால் இவரை 'கூட்டுற அப்பாயி' என்றுதான் அழைப்பேன். "யாரு பஞ்சுவா? நீ ஏன்பா இங்க வந்து உட்கார்ந்திருக்கே?" என்று அப்பாயி கேட்டவுடன் அப்பா எழுந்து நின்றார். ஆனாலும் அவர் அழுகை நிற்கவில்லை.

"நான் பேசியிருக்கலாம். தப்பு பண்ணிட்டேன்" என்று திரும்பத் திரும்பச் சொல்லி அப்பா அழுதவுடன் என்னை அறியாமல் நானும் அழுதேன். அப்பா சொல்வதன் பொருள் புரியாத அப்பாயி "அவனுக்குப் போகணும்னு விதி இருந்திருக்கு போயிட்டான். இதுல ஒன் தப்பு என்னப்பா இருக்கு?" என்று கூறிவிட்டுக் கொட்டகையைக் கூட்டத் தொடங்கியது. சில வினாடிகள் கழித்து அப்பா தோளில் கிடந்த துண்டால் முகத்தை அழுத்தித் துடைத்துவிட்டு அதே துண்டால் வாயைப் பொத்திக்கொண்டு வெளியேறினார். மறைந்திருந்த இடத்திலிருந்து வெளியே வந்த என்னைப் பார்த்தவுடன் அப்பாயி "நீ இங்க என்னாயா பண்றே? வயசுக்கு வந்த புள்ள இங்கெல்லாம் நிக்கப்படாது. வீட்டுக்குள்ள போ ஆயா" என்று விரட்டக் கொட்டகையை விட்டு வெளியேறினேன்.

இப்போது அப்பா அழுததற்கான காரணம் தெளிவாக விளங்கியது. ஐந்து நாட்களுக்கு முன்பு தாத்தா வீட்டுக்கு வந்திருந்தார். வந்தவரை வாங்க என்று கூட அழைக்காமல் அப்பா முகத்தைத் திருப்பிக் கொண்டு போய்விட்டார். இந்த அவமதிப்பைத் தாங்கிக்கொள்ள இயலாத தாத்தா அம்மாவிடமும் எதுவும் சொல்லாமல் சாதாரணமாகப் பேசிக் கொண்டிருந்துவிட்டு ஒரு வாய் தண்ணீர்கூடக் குடிக்காமல் கிளம்பிச் சென்றுவிட்டார். என்ன நினைத்து வந்தார், என்ன சொல்ல வந்தார் என்பது தெரியாமலேயே போய்விட்டது. வாழ்வதற்கான நம்பிக்கையை அளிக்கக்கூடிய ஒளிக்கீற்றாக ஒரு நன்சொல்லை எதிர்பார்த்துத் தாத்தா வந்திருக்கலாமெனத் தோன்றியது.

அன்று காற்றில் மெல்ல அசைந்த தூக்குக் கயிற்றின் கீழ் அப்பா மண்டியிட்டு அழுத காட்சி வாழ்வின் பல தருணங்களில் என்னை அசைத்திருக்கிறது. தனது அழுகையின் வழியாக அப்பா ஓர் ஆசானாக மாறி வாழ்வின் ஆகப்பெரிய பாடத்தை எனக்குப் போதித்திருந்தார். குற்ற உணர்வைப்போல் கொடிய தண்டனை உலகில் வேறெதுவும் கிடையாது என்பதையும் மரணத்தின் முன் மனிதர்கள் தங்களது சுய ஆணவத்தை முற்றொழித்து மண்டியிட்டே ஆக வேண்டுமென்பதையும் கற்றுக்கொண்டேன்.

‘பேசியிருக்கலாம்’ என்று அப்பா சொன்ன அந்தச் சொல் என்னுள் இன்று வரை எழுந்து வந்துகொண்டே இருக்கிறது. சிரித்திருக்கலாம், அழைத்திருக்கலாம், மன்னித்திருக்கலாம் இப்படிப் பல ‘கலாம்கள்’ எனது வாழ்விலும் இருந்ததுண்டு. அப்போதெல்லாம் அப்பாதான் நினைவுக்கு வருவார். உடனே எனது சுய ஆணவத்தைத் தூக்கிக் கடாசிவிட்டுச் சிரித்துவிடுவேன், அழைத்துவிடுவேன், மன்னித்துவிடுவேன். இப்படிச் செய்வதால் பிறரிடம் தோற்றுப் போகிறேனோ, பிறரின் ஏளனத்துக்கு ஆளாகிறேனோ என்றெல்லாம் மனம் கேள்விகள் எழுப்பும்போது எனக்கு நானே சொல்லிக்கொள்ளும் பதில் எந்த ஒரு மரணத்திலும் எனது குற்ற உணர்வு கொழுந்து விட்டு எரியக்கூடாது என்பதுதான். அது எரிய ஆரம்பித்தால் நமது உடல் கட்டையில் எரியும்வரை அதை அணைக்கவே முடியாதென்பதை அப்பா என்ற ஆசான் மண்டியிட்டு எனக்குப் போதித்திருந்தார்.

கட்காதல் கொண்டோன்

அப்பாவுக்குத் திருமணம் முடிவானவுடன் பொண்ணை அடிச்சே கொல்லப்போறான் என்று ஒட்டுமொத்த செண்டாங்காடு கிராமமும் புலம்பியிருக்கிறது. அந்தப் புலம்பலுக்குக் காரணம் இல்லாமலில்லை. குடிகாரன், கோபக்காரன், சண்டைக்காரன் ஆகிய பட்டங்களுக்குச் சொந்தக்காரரான அப்பாவின் வாழ்வில் திருமணமென்ற அத்தியாயமே கிடையாதென்பதில் கிராமத்தினர் உறுதியாக இருந்துள்ளனர். வயிறு முட்டச் சாராயம் குடித்துவிட்டுச் செந்தானோடை மணலில் குப்புறப்படுத்துக்கொண்டு இரவு முழுவதும் சத்தமாகப் பாடுவதை வழக்கமாகக் கொண்டிருந்த அப்பாவைப் பார்த்து "இவன் எங்க உருப்படப் போறான்?" என்று எண்ணிக்கொண்டிருந்த கிராமத்தினர் படித்து வேலைபார்க்கும் பெண்ணோடு திருமணம் நிச்சயமான செய்தி கேட்டவுடன் பேரதிர்ச்சி அடைந்துள்ளனர்.

இத்திருமணம் முடிவானதில் அம்மாவின் தாய்மாமன்களான நக்கீரன், சித்திரவேல் இருவருக்கும் முக்கியப் பங்குண்டு. இருவரும் உறந்தைராயன் குடிக்காடு கிராமத்தைச் சேர்ந்தவர்கள். படித்த பட்டதாரிகள். அரசாங்க உத்தியோகத்தில் இருந்தவர்கள். அக்காலகட்டத்தில் கிராமத்தில் முக்கியமான, செல்வாக்குமிக்க பிரமுகர்கள். முற்போக்குச் சிந்தனை கொண்டவர்கள். பெரியாரையும் அவரது கொள்கைகளையும் தீவிரமாகப்

பின்பற்றியவர்கள். வயதுக்கு வந்தவுடன் திருமணம் செய்து கொடுத்துவிடும் அக்காலச் சூழலில் பெண்கள் கல்வி கற்க வேண்டுமென்பதை விடாப்பிடியாக வற்புறுத்தி அம்மாவைப் படிக்க வைத்தவர்கள். இவர்கள் இருவரும் இல்லாமல் போயிருந்தால் அண்ணாமலைப் பல்கலைக்கழகத்தில் புலவர் பட்டம் பெற்று அம்மா தமிழ் ஆசிரியையாக ஆகியிருக்க முடியாது.

தொழிற்சங்க மேடைகளில் ஒரு பேச்சாளராக அப்பாவைச் சிலமுறை பார்த்திருந்த அம்மாவின் சின்ன மாமா சித்திரவேல் தனது அக்கா மகளை மணம் செய்து கொடுக்கலாமென்று முடிவெடுத்த பிறகுதான் அப்பாவின் குடிப்பழக்கம்பற்றி அரசல் புரசலாகத் தெரிய வந்துள்ளது. உடனே அம்மாவின் பெரிய மாமா நக்கீரன் “நன்றாகப் படித்து வேலையில் இருக்கின்ற பெண்ணை ஒரு குடிகாரனுக்கு கட்டிக் கொடுக்கிறீர்களே என அனைவரும் கேட்கிறார்கள். ஓர் உயர் குடிகாரனுக்குத்தான் பெண்ணைக் கொடுக்கிறோமென்று அவர்களிடம் சொல்லியிருக்கிறேன். நான் சொன்னதுபோல் நீங்கள் ஓர் உயர் குடியில் பிறந்தவரென்பதை வாழ்ந்து நிரூபித்துக் காட்ட வேண்டும்” என்று அப்பாவுக்கு நீண்ட மடல் ஒன்றை எழுதியிருக்கிறார்.

சிறு வயதில் நிகழ்ந்த தாயின் மரணம், குடிகாரத் தகப்பனின் பொறுப்பின்மை, இளம் வயதிலேயே வேலையில் சேர்ந்ததால் கையில் புரண்ட பணம், அந்தப் பணத்திற்காகவே சேர்ந்த கூடா நட்புகளென எல்லாமுமாகச் சேர்ந்து அப்பாவைக் குடிகாரனாக மாற்றியுள்ளன.காரணமே இல்லாமல் பிறரை வீண் சண்டைக்கு இழுப்பது, முன்பின் யோசிக்காமல் மற்றவர்களைக் கை நீட்டி அடிப்பதென அப்பா ஒரு சண்டியராக வலம் வந்திருக்கிறார். ஆனால் திருமணத்திற்குப் பிறகு அப்பாவின் மாற்றத்தைக் கண்டு “பஞ்சன் இப்படி மாறிப்போவான்னு நெனைச்சே பார்க்கலை” என்று கிராமமே அதிசயத்திருக்கிறது. திருமணத்திற்குப் பிறகு குடிப்பதை முற்றிலுமாகக் கைவிடவில்லை என்றாலும்கூடத் தன்னை நம்பி ஒருபெண் வந்திருக்கிறாள் என்பதை உணர்ந்த அப்பா தன்னை ஓர் ஒழுங்கிற்குள்ளும் கட்டுப்பாட்டிற்குள்ளும் அடக்கிக் கொண்டுள்ளார்.

அம்மாவைக் கைபிடித்த பிறகுதான் கரைபுரண்டு ஓடிக் கொண்டிருந்த அப்பாவின் வாழ்வு ஆற்றொழுக்கான வாழ்வாக

மாறியுள்ளது. சொந்தவீடு கட்டிக் குடி புகுந்தபோது விழாவுக்கு வந்திருந்த அப்பாவின் வயதான உறவினர் ஒருவர் "எப்பவோ மண்ணோடு மண்ணா போயிருப்பான். ஒன்னாலதான் இந்த நெலைமைக்கு வந்திருக்கான். பார்க்கவே சந்தோஷமா இருக்கும்மா" என்று அம்மாவிடம் சொல்லிவிட்டுச் சென்றது அப்பா ஓர் உயர் குடிமகனாக மாறியதற்கான சான்று. அப்பா அம்மா மீது கொண்டிருந்த காதலுக்கு இணையாகவே தனது மனைவி படித்தவள், தன்னை விட அதிகம் படித்தவ ளென்பதில் அதீதப் பெருமையும் கொண்டிருந்தார்.

தீவிர போதைப் பழக்கங்களை ஒருவனால் சட்டென்று நிறுத்த முடியாது என்பார்கள். ஆனால் அப்பா குடியைக் கிட்டத்தட்டத் தொண்ணூறு சதவீதம் நிறுத்தியது அனைவருக்கும் வியப்பை அளித்திருக்கிறது. மீதிப் பத்து சதவீதம் குடியை அப்பா வாழ்வின் இறுதிவரைக் கைவிடவே இல்லை. அப்படி அப்பா குடிக்கும் தருணங்களில் அம்மா முகத்தைத் தூக்கி வைத்துக்கொள்வாரே தவிரப் பெரிதாக எதிர்ப்புத் தெரிவிக்கமாட்டார். ஏனென்றால் தனது சுயகட்டுப்பாட்டால் அம்மாவின் மனதில் அப்பா அசைக்க முடியாத நம்பிக்கையை விதைத்திருந்தார். அந்தச் சமயங்களில் அப்பாவுக்கும் அம்மாவுக்குமிடையே நிகழும் ஊடல்களைப் பார்ப்பது எனக்கு மிகவும் பிடித்தமான ஒன்றாகும்.

1983 ஆம் ஆண்டு சின்னத் தாத்தாவைப் பார்க்கச் சிங்கப்பூருக்கு ஒரு மாத காலம் பயணம் சென்றுவிட்டுத் திரும்பிய அப்பா தான் கொண்டு வந்திருந்த விஸ்கி பாட்டில்களைப் பீரோவில் பத்திரப்படுத்தி வைத்திருந்ததைப் பார்த்த அம்மா "பணம், நகையைத்தான் பீரோவுல வச்சுப் பார்த்திருக்கேன். நீங்க இதைத் தூக்கி வச்சிருக்கீங்களே" என்று கேட்டபோது "இதோட மதிப்புத் தெரியாமப் பேசாதே. இந்த மாதிரி பொக்கிஷம் எல்லாம் நம்ம ஊர்ல கெடைக்காது" என்ற அப்பாவின் பதிலால் எரிச்சலடைந்து முகத்தைத் திருப்பிக்கொண்டு போய்விட்டார். 1987 ஆம் ஆண்டு சிங்கப்பூரிலிருந்து ஊர் திரும்பி, தனது இறுதிக்காலம் வரை எங்களோடு வாழ்ந்த சின்னத் தாத்தாவோடு சேர்ந்து அப்பா குடிப்பதைப் பார்க்க சுவாரஸ்யமாக இருக்கும்.

அன்றைக்கு முன்னேற்பாடுகள் பலமாக இருக்கும். அப்பா காலையிலேயே மார்க்கெட் சென்று விரால் மீனையும்

குடிக்கும்போது கொறித்துக்கொள்ளத் தேவையான நொறுக்குத் தீனிகளையும் வாங்கி வந்துவிடுவார். காலை பதினோரு மணி அளவில் சதி ஆலோசனைக் கூட்டம் நடக்க இருப்பதுபோல் சின்னத் தாத்தாவின் அறைக்கதவுகள் மூடப்படும். குடிதண்ணீர், நொறுக்குத் தீனி என்று ஒவ்வொன்றாக அப்பா அறைக்குள் எடுத்துச் செல்வார். அப்போது அம்மா கையாளும் பாத்திரங்களிலிருந்து அதிக ஒலி எழும்பும். இருவரும் குடிப்பது பிள்ளைகளுக்குத் தெரியக்கூடாது என்பதில் அம்மா அதிகக் கவனத்தோடு இருப்பார். ஆனால் நான் எப்படியாவது அந்த அறைக்குள் நுழைந்துவிட வேண்டுமென்ற ஆவலில் குட்டிப் போட்ட பூனைபோல் அங்குமிங்கும் அலைந்து கொண்டிருப்பேன்.

குடிக்கத் தொடங்கி சில நிமிடங்கள் கழித்து அப்பா அம்மாவை அழைப்பார். அறைக்குள் செல்லும் அம்மா “அப்பனும் புள்ளையும் ஒண்ணா ஒக்காந்து குடிக்கிற அக்கிரமம் எந்த வீட்லயாவது நடக்குமா? இதுல மீனு ஒரு கேடு” என்று எள்ளும் கொள்ளுமாய் வெடித்துக்கொண்டு வெளியே வருவார். மீண்டும் அந்த அறைக்குள் செல்ல விரும்பாமலும், வேறு வழியில்லாமலும் வறுத்த விரால் மீன் துண்டங்களை ஒரு தட்டில் வைத்து என்னிடம் கொடுத்தனுப்புவார். எதிர்பார்த்துக் காத்திருந்த வாய்ப்புக் கிடைத்துவிட்ட உற்சாகத்தில் நான் அறைக்குச் செல்வேன். அப்பாவின் இரண்டு கண்களும் ரத்தத்தில் மூழ்கி எடுத்தது போலிருக்கும். “அம்மா எங்கடா? நீ ஏன்டா எடுத்துட்டு வந்தே?” என்று கேட்டுவிட்டு அப்பா மிக்ஸர் இருக்கும் தட்டை என்னிடம் நீட்டி “எடுத்துக்கோடா” என்பார். இதுதான் சாக்கு என்று நானும் அப்பாவுக்கு அருகில் அமர்ந்து மிக்ஸரைக் கொறிக்கத் தொடங்கிவிடுவேன்.

போதை ஏறியவுடன் சின்னத் தாத்தா சிங்கப்பூரின் பெருமைகளைப் பேசத் தொடங்கிவிடுவார். “ஊரா இது?” என்று இந்தியாவைத் தினசரி ஒரு முறையாவது திட்டாவிட்டால் அவருக்குத் தூக்கமே வராது. அப்பா அமைதியாகக் கேட்டுக்கொண்டிருப்பார். பிறகு இருவரது பேச்சிலிருந்தும் செண்டாங்காட்டில் வாழ்ந்து மறைந்த மனிதர்களும் வாழ்ந்து கொண்டிருக்கும் மனிதர்களும் மெல்ல எழுந்து வருவார்கள். மொட்டைப் பய, கம்னாட்டிப் பய போன்ற பல கெட்ட வார்த்தைகள் அப்பாவின் வாயிலிருந்து சரமாரியாக வந்துவிழும்.

பொருள் புரியாத அந்த வார்த்தைகளை மனதில் சேமித்துக் கொண்டு பள்ளியில் நெருங்கிய தோழிகளிடம் அர்த்தம் கேட்டிருக்கிறேன். யாருக்குமே பொருள் தெரிந்ததில்லை.

பாட்டில் காலியாகும்வரை ரசித்து ருசித்துக் குடிக்கும் அப்பா விஸ்கி முற்றும் தீர்ந்த பிறகு "பச்சைத் தண்ணியைக் குடிச்ச மாதிரி இருக்கு. இதெல்லாம் ஜேக் டேனியல் கிட்ட நெருங்க முடியுமா?" என்று வசைபாடுவார். அவரைப் பொறுத்தவரை ஜேக் டேனியலைத் தவிர மற்ற அனைத்தும் வெறும் தண்ணீர்தான். ஒருமுறை விஸ்கியைக் கிளாஸில் சிறிதளவு ஊற்றிப் பக்கத்தில் அமர்ந்து வேடிக்கை பார்த்துக்கொண்டிருந்த என்னிடம் நீட்டினார். "வேண்டாம்பா" என்று நான் முகத்தைச் சுளிக்க "சும்மா டேஸ்ட் பண்ணிப் பாருடா" என்றார். ருசி பார்க்க வேண்டுமென்ற ஆவல் ஒரு புறம் உந்தித் தள்ளினாலும் மறுபுறம் அம்மாவின் முகம் பயமுறுத்தியது. ஆனாலும் அப்பா இருக்கும் தைரியத்தில் சிறிது விஸ்கியைச் சுவைத்துப் பார்த்தேன். எப்படித்தான் இதைக் குடிக்கிறார்களோ என்று தோன்றியது. "ஐயே நல்லாவே இல்லைப்பா. கள்ளு மாதிரி இருக்கும்"ன்னு நெனைச்சேன் என்றவுடன் அப்பா சத்தமாகச் சிரித்தார்.

கள்ளின் ருசியையும் அப்பாதான் எனக்கு அறிமுகப்படுத்தி இருந்தார். அம்மாச்சி வீட்டுக்குச் செல்கையில் அப்பா வாத்தியார் மாமாவோடு (அம்மாவின் பெரியப்பா மகன்) சேர்ந்து அமர்ந்து தென்னங்கள் குடிப்பதுண்டு. அதிக வெளிச்சம் புகாத ஓர் அறையில் அவர்கள் ரகசியமாகக் குடிக்கும்போது, நல்ல காரசாரமாக அம்மாச்சி சமைத்த கோழிப்பிரட்டலை மங்கை சித்தி (அம்மாவின் தங்கை) தட்டில் எடுத்துச் சென்று கொடுப்பார். அந்தச் சமயங்களில் அப்பா குடிப்பதை அம்மா பெரிதாகக் கண்டு கொள்ள மாட்டார். ஆனால் அம்மாச்சியோ "கிளியை வளர்த்துப் பூனை கையில கொடுத்துட்டேனே" என்று புலம்பிக் கொண்டிருப்பார்.

ஒருமுறை அம்மாவுக்குத் தெரியாமல் அந்த இருண்ட அறைக்குள் நுழைந்திருந்த எனக்கு அப்பா தென்னங்கள் ஊற்றித் தந்தார். "ஐயோ அத்தான்! என்ன நீங்க புள்ளைக்கெல்லாம் கொடுக்கிறீங்க?" என்று வாத்தியார் மாமா பதற "ஒண்ணும் பண்ணாது. ஒடம்புக்கு நல்லது. நீ குடிடா!" என்று அப்பா

சொல்ல நானும் குடித்தேன். தென்னங்கள்ளின் மணமும் ருசியும் எனக்கு மிகவும் பிடித்திருந்தது. "இன்னும் கொஞ்சம் வேணும்பா" என்று அப்பாவிடம் நான் கேட்கவும் கோழிப்பிரட்டலோடு மங்கை சித்தி உள்ளே வரவும் சரியாக இருந்தது. உடனே அம்மாவுக்குச் செய்தி பறந்தது. அம்மா என்னை ஒருபோதும் அடித்தது கிடையாது. ஆனால் அடித்தே இருக்கலாமென்று நினைக்குமளவுக்குத் ரத்தம் வரும்வரை தொடையைக் கிள்ளி எடுத்துவிடுவார். அன்றும் அப்படித்தான். குடித்த பூனையைக் கண்டுகொள்ளாமல் ருசித்த பூனைக்குட்டியின் தொடையைக் கிள்ளிப் புண்ணாக்கிவிட்டார்.

அப்பாவின் பத்து சதவீதக் குடியைப் பொறுத்துக் கொண்ட அம்மாவால் சகித்துக் கொள்ளவே முடியாத ஒன்று உண்டு என்றால் அது என் கணவர், என் தங்கையின் கணவர், என் தம்பி ஆகியோரோடு சேர்ந்து அமர்ந்து அப்பா குடிப்பதுதான். "ஒங்க குடும்பத்துலதான் எந்தத் தராதரமும் கெடையாது. அப்பாவும் புள்ளையும் சேர்ந்து ஒட்கார்ந்து குடிப்பீங்க. வீட்டுக்கு வந்த மருமகன்களோடு எந்த மாமனாராவது ஒண்ணா உட்கார்ந்து குடிப்பானா?" என்று அம்மா சீறும் போதெல்லாம் "எந்த எடத்துல மாமனாரா இருக்கணும்னு எனக்குத் தெரியும்" என்று இயல்பாகச் சொல்லி அப்பா கடந்துவிடுவார். இப்படிக் குடிப்பதால் அப்பாவை இரு மருமகன்களும் மதிக்காமல் போய்விடுவார்களோ என்ற அச்சம் அம்மாவுக்கு இருந்தது. ஆனால் அதற்கு மாறாக இருவரும் அப்பாவிடம் அதிக மரியாதையும் நெருக்கமும் கொண்டிருந்தார்கள். அப்பா இறந்தபோது இருவரும் பெற்ற தகப்பனைப் பறிகொடுத்தது போல் கலங்கிப் போனார்கள். ஒரு குடிகாரனாக இல்லாமல் நல்ல நண்பனாகவும் மாமனாராகவும் அப்பா அவர்கள் மனதில் இடம்பிடித்திருக்கிறார் என்பதற்கு "எங்களுக்குக் கெடைச்ச மாதிரி கூல் மாமனார் வேற யாருக்கும் கெடைக்காது. அவர் பக்கத்தில் இருந்தால் யானை பலம்" என்று இப்போதும் அவர்கள் புலம்புவதுதான் சான்று.

குடித்துவிட்டுச் சில ஆண்கள் செய்யும் அலப்பறைகளைப் பார்க்கும்போது அப்பா குடித்துவிட்டு இப்படியெல்லாம் நடந்து கொள்வதில்லையே என்ற கேள்வி எனக்கு விவரம் தெரிந்தபிறகு தோன்றியதுண்டு. அதை ஒரு முறை அப்பாவிடமே கேட்டிருக்கிறேன். "அழகப்பா! குடிக்கிற எல்லாருக்குள்ளேயும்

ஒரு மணி இருக்கும். எல்லை மீறிக் குடிக்க நெனைக்கிறப்ப மண்டைக்குள்ள அந்த மணி வேகமா அடிச்சு எச்சரிக்கும். அதையும் மீறிக் குடிச்சா சிக்கல்தான்" என்றார். "ஒங்க மனசுக்குள்ள இருக்கிற மணியை அடிக்கிறது அம்மாதானே?" என்று நான் சிரித்துக்கொண்டே கேட்டபோது "அப்படித்தான் ஒலகமும் ஒங்க அம்மாவும் நெனைக்கிறாங்க. ஆனால் எனக்குள்ள இருக்கிற மணியை அடிக்கிறது என் புள்ளைங்க" என்றார்.

இப்போது நான் நண்பர்களோடு பார்ட்டிக்குச் செல்கிறேன் என்று சொன்னால் எனது மகனும் மகளும் "அங்க எதையாவது குடிச்சிட்டு வந்தீங்க அவ்வளவுதான்" என்று அதட்டி உருட்டுவார்கள். என்னப்பனைப்போல எனக்கும் கட்காதலை விட தம்மக்கட்காதல் அதிகமென்பது பாவம் அவர்களுக்குத் தெரியாது.

பிம்பமிழந்த பிதா

நான் பெரியவளானபிறகு எனது இயல்புகளும் குணாதிசயங்களும் வேறுவேறு விதங்களில் வன்முறையாக அழுத்தி அமுக்கப் பட்டன. வயசுக்கு வந்த பெண் எவற்றைச் செய்யலாம், எவற்றைச் செய்யக்கூடாது என்று தினமும் யாராவது ஒருவர் ஏதாவது ஒரு வழியில் எனக்கு அறிவுறுத்திக்கொண்டே இருந்தனர். அதுவரை ஒரு பறவைபோல் பறந்து கொண்டிருந்த எனக்கு வீட்டில் போடப்பட்ட விதிகளும் சட்ட திட்டங்களும் "இப்போதும் நீ பறவைதான். ஆனால் கூண்டுப்பறவை" என்று சொல்லாமல் சொல்லி அச்சமூட்டின.

நமது இயல்புக்கு எதிர்த் திசையில் நடக்குமாறு வற்புறுத்தப்படும் போது பெரும் வெறுப்புவந்து நம்மைச் சூழ்ந்து கொள்கிறது. அந்த வெறுப்பு மெல்ல ஊறி நிறைகையில் நம்மைச் சுற்றி இருப்பவர்களிடம் முரண்களும் மோதல்களும் தோன்றுகின்றன. விதிகளும் கட்டுப்பாடுகளும் மீறலை நிகழ்த்த வேண்டுமென்ற வேட்கையை என்னுள் உருவாக்கின. வெறுப்பின் கசப்பும் மீறலின் இனிப்பும் இணைய மெல்ல நான் வேறொருத்தியாக மாறத் தொடங்கினேன். அந்தப் புது ஒருத்தி எல்லாவற்றையும் கேள்வி கேட்க ஆரம்பித்தாள்.

கண்டிப்புகளுக்கு மத்தியிலும் ஒரு பெரும் ஆசுவாசமாக எனக்கும் என் உடன்பிறந்தோருக்கும் சிறுவயது முதலே கிடைத்த பேச்சு சுதந்திரம் இருந்தது. முதல் சொல்லை

எடுக்கும் முன்பே "வாயை மூடு!" என்று மிரட்டும் பெற்றோர் போலில்லாமல் எங்களைப் பேச அனுமதித்த அப்பாவைப் பாராட்டியே ஆகவேண்டும். அம்மாகூடச் சில சமயங்களில் "எதிர்த்துப் பேசாதே!" என்று அதட்டுவார். ஆனால் அப்பா ஒருபோதும் அப்படிச் செய்ததில்லை. நானும் தங்கையும் அப்பா செய்த தவற்றைச் சுட்டிக்காட்டிக் கோபமாகப் பேசும்போது கூட "என்னையே கண்டிக்கிற அளவுக்கு என் பொண்ணுங்க வளர்ந்துட்டாங்க" என்று அம்மாவிடம் புன்னகையுடன் சொல்லி மகிழ்வார். சில சமயங்களில் "தப்புதாண்டா. இனிமேல் செய்யமாட்டேன்டா" என்று ஒரு குழந்தைபோல் அன்னையாகி நிற்கும் மகள்களிடம் மன்னிப்பும் கேட்பார்.

ஆனால், ஒருமுறை நான் கேட்ட கேள்வி அப்பாவின் ஆணவத்தை உடைத்து நொறுக்கத் தான் செய்த தவறுக்கு மன்னிப்புக் கேட்காமல் மிகவும் மோசமாக வசை பாடிய நிகழ்வு என்னை வெகுவாகப் பாதித்தது. பத்தாம் வகுப்புப் பொதுத்தேர்வு, பன்னிரண்டாம் வகுப்புப் பொதுத்தேர்வு எனும் இரண்டு பாலைகளுக்கு நடுவிலிருந்த பதினொன்றாம் வகுப்பு எனும் பாலைவனச் சோலையில் நான் குளிர்ந்து மகிழ்ந்திருந்த காலகட்டமது. ஒரு நாள் மாலை எனது தோழி மஞ்சு தனது தம்பி பிரசன்னாவோடு வீட்டுக்கு வந்திருந்தாள். மஞ்சு என்னை விட இரண்டு வயது சிறியவள்.

சொந்தவீடு கட்டிக் குடியேறும்முன் நாங்கள் தற்காலிகமாகக் குடியிருந்த வாடகை வீட்டின் மாடியில் மஞ்சுவின் குடும்பம் வாடகைக்கு இருந்தது. அப்போது ஏற்பட்ட பழக்கத்தால் நாங்கள் நண்பர்களாக ஆகியிருந்தோம். நானும் என் தங்கையும் கொல்லைப்புறத்திலிருந்த கிணற்றடியில் அமர்ந்து அவர்கள் இருவரோடும் அரட்டை அடித்துக்கொண்டிருந்தோம். தம்பி தெருவில் கிரிக்கெட் விளையாடிக்கொண்டிருந்தான். அம்மாவும் அப்பாவும் பணி முடிந்து திரும்பியிருக்கவில்லை. சின்னத் தாத்தா வீட்டின் பின்புறத்தில் நின்ற இரண்டு தென்னை மரங்களுக்குத் தண்ணீர் பாய்ச்சிக்கொண்டிருந்தார். புதிதாக வெளியாகி இருந்த திரைப்படங்கள், தொலைக்காட்சித் தொடர்கள், தெருவில் புதிதாகக் குட்டிகளை ஈன்றுள்ள கறுப்பு நாய், ஓணானைப் பிடித்துச் சுருட்டுப் பிடிக்க வைத்த தெரு சிறுவர்களின் சாகசங்கள் எனப் பல சுவாரஸ்யமான

செய்திகளுடன் எங்களது அரட்டைக் கச்சேரி களைகட்டிக் கொண்டிருந்தது.

அப்போதுதான் எங்கள் வீட்டில் புதிதாகக் குளிர்சாதனப் பெட்டி வாங்கியிருந்தோம். அது என் நினைவுக்கு வந்தவுடன் "மஞ்சு! நாங்க ஃபிரிட்ஜ் வாங்கிட்டோம். வா காண்பிக்கிறேன்!" என்று அவளைக் குளிர்சாதனப் பெட்டி வைக்கப்பட்டிருந்த சாமி அறைக்கு அழைத்துச் சென்றேன். என் தங்கையும் பிரசன்னாவும் எங்களைப் பின்தொடர்ந்தனர். மிளகாய் சிவப்பு நிறத்திலிருந்த அந்த எல்.ஜி. ஃபிரிட்ஜை நாங்கள் பெருமை பொங்க அவர்களிடம் காண்பித்துக்கொண்டிருந்த தருணத்தில் அப்பா அலுவலகத்திலிருந்து வீடு திரும்பியிருந்தார். அதை அறியாத நாங்கள் ஃப்ரிசர் பெட்டியைத் திறந்து அதனருகே முகத்தைக் கொண்டுசென்று விளையாடிக்கொண்டிருந்தோம்.

எங்கள் குரல் கேட்டுச் சாமி அறைக்குள் நுழைந்த அப்பாவிடம் நான் "அப்பா! மஞ்சு!" என்று சொல்லத் தொடங்கிய வேளையில் "கம்னாட்டிப்பய மவளுவளா! யாரைச் சாமி ரூமுக்குள்ள விடணும்னு தெரியாதா? தராதரம் தெரியாத நாய்களா!" என்று எங்களைப் பார்த்துக் காட்டுக் கத்தலாய் கத்தியவர் மஞ்சுவையும் பிரசன்னாவையும் பார்த்து "ரெண்டு பேரும் இங்க என்ன பண்றீங்க? ஓடுங்க உங்க வீட்டுக்கு" என்று அதட்ட அவர்கள் இருவரும் கண்ணிமைக்கும் நொடியில் அங்கிருந்து விலகி ஓடினார்கள். அந்த நொடிதான் முதன் முதலில் அப்பா என்ற பிம்பம் எனக்குள் விழுந்து உடைந்த முதல் தருணமாக இருக்க வேண்டும். அப்பா கோபப்படுவதும் நாக்கில் விஷம் தடவி மற்றவர்கள் மீது சொல் அம்புகளை எய்வதும் புதிதல்ல என்று அறிந்தவள்தான் நான்.

ஆனாலும் அன்று என்னைப் பார்க்க வந்திருந்த நண்பர்களை அப்பா அவமதித்து அனுப்பியதை என்னால் சிறிதும் தாங்கிக் கொள்ள முடியவில்லை. அந்தப் பதின்வயதில் எனக்கிருந்த சுய ஆணவம் அப்பாவை மன்னிக்கத் தயாராக இல்லை. நாங்கள் என்ன தவறு செய்தோமென்ற குழப்பத்துடன் அம்மாவிற்காக காத்திருந்தோம். அம்மா பள்ளியிலிருந்து வீடு திரும்பியவுடன் எங்களைச் சரியாக வளர்க்கவில்லை என்று அம்மாவிற்கும் திட்டு விழுந்தது. எனக்கு அப்பாவின் மீதான கோபம் கூடியது. அன்று இரவு அம்மா அப்பாவின்

கோபத்திற்கு காரணமாக மஞ்சுவின் பெற்றோர் கலப்புத் திருமணம் செய்துகொண்டவர்கள் என்று சொன்னபோது "அதனாலென்ன?" என்ற கேள்விதான் எனக்குள் எழுந்தது. மஞ்சுவின் அம்மா நாயக்கர் சமூகத்தைச் சேர்ந்தவர், அப்பா தலித் சமூகத்தைச் சேர்ந்தவர்.

பண்டிகைக் காலங்களில் செண்டாங்காட்டிலிருந்து வீட்டுக்கு வரும் தமிழன், மதி, செல்லக்கண்ணு ஆகியோர் நினைவுக்கு வந்தனர். பொங்கலுக்குக் கோரைப்பாய்களைக் கொண்டுவந்து தந்துவிட்டுப் பண்டிகைக் காசு வாங்கிச் செல்லும் தமிழன் வீட்டு வாசலிலேயே நிற்பதையும், வெள்ளாவியில் வெளுக்க அப்பாவின் வேட்டிகளை எடுத்துக் கொண்டு போக வரும் மதி திண்ணை வரை அனுமதிக்கப்படுவதையும், பொங்கலுக்கு ஆப்பை, சிறு துடுப்பு, தலைக்கரக்கட்டை ஆகியவற்றைக் கொண்டுவரும் செல்லக்கண்ணு திண்ணை வரைக்கும் அவர் ஆசையாக வாங்கி வரும் தின்பண்டங்கள் அடுக்களை வரைக்கும் அனுமதிக்கப்படுவதையும் பார்த்திருந்ததன் வழியாகச் சாதி என்ற சொல் மட்டுமே அறிமுகமாகி இருந்த எனக்கு இந்தச் சம்பவம் கண்ணோடு கண் நோக்கி முகத்தில் அறைந்தது போலிருந்தது.

அப்பா அதட்டியவுடன் ஒருகணம் என்னைத் திரும்பிப் பார்த்த மஞ்சுவின் வலி மிதந்த கண்களை இனிமேல் எப்படி எதிர்கொள்வது என்று எண்ணியபோது குற்ற உணர்வில் உடல் கூசிக் குறுகியது. தெருவில் குடியிருக்கும் பலர் மஞ்சுவின் குடும்பத்தோடு ஏன் கலந்து பழகுவதில்லை என்ற கேள்விக்கும் அப்போதுதான் விடை கிடைத்தது. சமூகத்தின் முக்கியக் கருத்துருவாக்கமான சாதி குறித்து எனக்குள் நான் முதல் கேள்வி எழுப்பிக்கொள்ளக் காரணமாக இந்தச் சம்பவம் அமைந்தது. இதைத் தொடர்ந்து நடந்தேறிய மற்றொரு சம்பவம் சாதி குறித்த குழப்பங்களையும் அதன் விளைவாக நான் கேட்ட கேள்வியால் அப்பாவுடன் மனதளவில் முதல் முரண் எழவும் காரணமாக அமைந்தது.

மஞ்சு சம்பவம் முடிந்து ஒரு மாதம் கழித்து அந்த மற்றொரு சம்பவம் நடந்தது. அன்று சரஸ்வதி பூஜைத் திருநாள். ராகுகாலத்திற்குமுன் படையல் போடவேண்டுமென்ற அவசரத்தில் அம்மா சமையலில் மும்முரமாக இருந்தார். நானும்

தங்கையும் அம்மாவுக்கு ஒத்தாசை செய்து கொண்டிருந்தோம். சரஸ்வதியின் முன் எந்தப் புத்தகத்தை வைப்பது, ஓவிய நோட்டை வைக்கலாமா, கணக்குப் புத்தகத்தை வைத்தே ஆக வேண்டுமா போன்ற பல முக்கிய கேள்விகளை அம்மாவிடம் கேட்பதும் திண்ணையில் வைத்திருந்த பள்ளிப்பையை நோக்கி ஓடுவதுமாக இருந்த தம்பி திடீரென்று வேகமாக ஓடிவந்து "அம்மா! யாரோ வந்திருக்காங்க" என்றான்.

அம்மா என்னிடம் "போய் யார்ன்னு பாரு. அப்பாவைக் கூப்பிட்டுச் சொல்லு" என்றார். நான் போனபோது வாசல் காம்பவுண்ட் கேட்டைத் திறந்து கொண்டு அப்பாவின் நண்பர் ஜான்சன் சாமுவேல் வந்துகொண்டிருந்தார். இடுப்பில் சுருட்டி தூக்கிக் கட்டியிருந்த கைலியும் கறை படிந்த வெள்ளை சட்டையும் மழிக்கப்படாத முகமும் சிவந்திருந்த கண்களும் தள்ளாட்டத்துடன் கூடிய நடையும் அவர் குடித்துவிட்டு வந்திருக்கிறாரென்பதை அப்பட்டமாகக் காட்டின. அப்பாவிடம் சொல்வதற்காகத் தேடினேன். அப்பாவைக் காணவில்லை. சின்னத் தாத்தா அறையில் எட்டிப்பார்த்தேன். தாத்தா அசந்து உறங்கிக்கொண்டிருந்தார். கொல்லையில் தேடிவிட்டுப் பிறகு மாடிக்குப் போயிருக்கலாமென்ற யூகத்தில் "அப்பா! அப்பா!" என்று கீழிருந்து உரக்கக் கத்தினேன். மாடிச் சுற்றுச் சுவருக்கு மேலே தலையை நீட்டிய அப்பா "என்னடா?" என்று கேட்க "அங்க என்னப்பா பண்றீங்க? ஒங்க ஃபிரெண்ட் சாமுவேல் வந்திருக்காரு" என்று கூறியவுடன் "அப்படியா இதோ வர்றேன். அவனை ஒட்காரச் சொல்லு" என்று உற்சாகமாய்ப் பதிலளித்தார்.

யார் வீடேறி வந்தாலும் "வாங்க!" என்று அழைத்து அவர்களைத் திண்ணையில் அமரச் சொல்லி "தண்ணி சாப்பிடுறீங்களா?" என்று கேட்க வேண்டுமென்பது பிள்ளைகள் எங்களுக்குக் கட்டாயச் சட்டமாக அறிவிக்கப்பட்டிருந்தது. "அதான் வந்துட்டாங்களே, அப்புறம் எதுக்கு வாங்கன்னு கூப்பிடணும்?" என்று ஒருமுறை எதிர்க் கேள்வி கேட்டதற்கு அம்மா தொடையில் கிள்ளியதை நினைத்துப் பார்த்து நான் ஒருபோதும் அச்சட்டத்தை மீறத் துணிந்தது கிடையாது. ஆனால் அன்று அப்பாவின் மீதிருந்த கோபம் என்னை அழைக்கவிடாமல் தடுத்தது. என் விருந்தினராக வீட்டுக்கு வந்திருந்த என் ப்ரெண்டை அப்பா விரட்டி அடித்த பிறகு

நான் மட்டும் ஏன் அவர் ப்ரெண்டை அழைக்க வேண்டுமென்ற வீராப்புடன் அடுக்களைக்குள் நுழைந்தேன்.

சாமுவேல் மாமா பட்டுக்கோட்டைக்கு அருகிலுள்ள அணைக்காடு கிராமத்தைச் சார்ந்தவர். இந்த முழுக் கிராமமும் கிறிஸ்துவ மதத்திற்கு மாறியது என்பதைப் பிறகு அறிந்து கொண்டேன். தமிழ்நாடு மின்சார வாரியத்தில் அப்பாவோடு இணைந்து பணியாற்றியவர். இந்துமதப் பெண்ணைக் காதல் திருமணம் செய்துகொண்டவர். பட்டுக்கோட்டைத் தலையாரித் தெருவிலிருந்த ஒரு காலனியில் குடியிருந்தார். எப்போதாவது அப்பாவைப் பார்க்க வீட்டுக்கு வருவார். எப்போது வந்தாலும் மிதமான போதையில்தான் வருவார்.

திண்ணையிலிருந்து அப்பாவின் குரல் உரத்தும் சாமுவேல் மாமாவின் குரல் மெல்லியதாகவும் கேட்டுக்கொண்டிருந்தது. நானும் தங்கையும் சாமிப் படங்களுக்குப் பூப் போடுவது, பூசை சாமான்கள், புத்தகங்கள், ஆயுதங்கள், வீட்டின் கதவுகள் ஆகியவற்றிற்கு மஞ்சள் குங்குமம் வைப்பது, வாழை இலைகளைக் கழுவுவது போன்ற படையலுக்கான முன்னேற்பாடு வேலைகளைச் செய்து முடித்தோம். சில நிமிடங்கள் கழித்து விளக்கேற்றி, வாழை இலையில் சமைத்த உணவுகளைப் படைத்துப் பூசைக்குத் தயாரான அம்மா என்னிடம் “போயி அப்பாவையும் தாத்தாவையும் சாமி கும்பிடக் கூட்டிட்டு வா” என்றார். தீபாராதனையின்போது யார் மணி அடிப்பது என்பதில் தம்பிக்கும் தங்கைக்கும் சண்டை நடந்துகொண்டிருந்தது.

நான் அப்பாவிடம் விஷயத்தைச் சொன்னவுடன் அப்பா “சாம்வேலு! வா! சாமி கும்பிடலாம்” என்றவுடன் இவரை எதுக்கு அப்பா அழைக்கிறார் என்று எரிச்சல் மண்டியது. நான் முகத்தைத் தூக்கி வைத்துக்கொண்டு சாமி அறைக்குத் திரும்பினேன். அனைவரும் வந்தவுடன் அம்மா சாம்பிராணி போட்டுத் தேங்காய் உடைத்துத்தீபாராதனை காட்டினார். சாமுவேல் மாமா தள்ளாடித் தளும்பிக்கொண்டிருந்தார். தீபத்தின் வெம்மையைவிட அம்மாவின் முகம் அதிக வெம்மையாக இருந்தது. தம்பி சாமி முன் வைத்திருந்த தனது கவட்டா பெல்ட், கிரிக்கெட் பேட் ஆகியவற்றைச் சுற்றிச்சுற்றி மணியை அடித்துக்கொண்டிருந்தான். நான்

கண்கள் மூடிக் கைகள் கூப்பி மனதுக்குள் அப்பாவைத் திட்டிக்கொண்டிருந்தேன்.

பூசையை முடித்து நடுக்கூடத்தில் அனைவருக்கும் வாழை இலையில் உணவைப் பரிமாறி முடிக்கும்வரை வாய் திறந்து ஒரு வார்த்தை கூடப் பேசாததிலிருந்து அம்மா கோபமாக இருக்கிறாரென்பதை ஊகித்துக்கொண்டேன். சாப்பிட்டு முடித்து சாமுவேல் மாமா கிளம்பியபோது அப்பா தனது இடுப்பில் கட்டியிருந்த பச்சை பெல்ட்டிலிருந்து பணம் எடுத்துக் கொடுப்பதைப் பார்த்த அம்மா "பெரிய ஜமீன்தார்ன்னு நெனைப்பு. வர்ற போற குடிகாரனுக்கெல்லாம் காசை அள்ளி எறைக்கிறது" என்று வாய்விட்டுப் புலம்பியது எனக்குக் கேட்டது. இது எங்கள் வீட்டில் வழக்கமாக நடக்கும் நிகழ்வுதான். நண்பர்கள், உறவுகளென யார் வந்தாலும் அப்பா பணம் கொடுக்காமல் அனுப்பியதாகச் சரித்திரமே கிடையாது.

சாமுவேல் மாமாவை வழியனுப்பிவிட்டு உள்ளே நுழைந்த அப்பாவின் முகத்தில் சிரிப்பும் துள்ளலும் நிரம்பி வழிந்ததைக் கவனித்த நான் அப்பா நல்ல மூடில் இருக்கிறார் கேட்டுவிடலாம் என்று தைரியத்தை வரவழைத்துக்கொண்டு அவரை நெருங்கினேன். "அவரை ஏன்பா சாமி ரூமுக்கெல்லாம் கூட்டிட்டு வந்தீங்க? குடிச்சிருக்காரு, குளிச்சாரான்னு கூடத் தெரியலை" என்றவுடன் அப்பா புன்னகைத்துக் கொண்டே "பாவம்டா அவன், ரொம்ப நல்லவன்டா" என்றார். 'அவரு கிறிஸ்டின்தானே நம்ம சாமி எல்லாம் கும்பிடுவாரா?" என்று நான் அடுத்த கேள்வியைக் கேட்டவுடன் "சாமி முன்னாடி எல்லாரும் ஒண்ணுதான்டா" என்று கூறி அப்பா மீண்டும் புன்னகைத்தார். "அப்பறம் ஏன்பா அன்னைக்கு என் ப்ரெண்ட்ஸைச் சாமி ரூமுக்குக் கூட்டிட்டு வந்ததுதுக்குத் திட்டுனீங்க?" என்று நான் யதார்த்தமாகக் கேட்க அப்பாவின் முகத்திலிருந்த புன்னகை நொடியில் காணாமல் போனது.

"வாயை மூடிட்டு உள்ள போ, பெரிய மயிரு மாதிரி கேள்வி கேட்காதே" என்று அப்பா கத்தியதில் நான் ஒரு கணம் அதிர்ந்து போனேன். அதை நான் சற்றும் எதிர்பார்க்கவில்லை. தவறாக எதுவும் கேட்டுவிடவில்லை என்ற நம்பிக்கை ஒருபுறமும் கேள்வி கேட்டதற்காக முதல் முறையாக அப்பா கோபப்பட்டதைக் கண்டவுடன் தவறாக ஏதோ கேட்டு

விட்டோமென்ற சந்தேகம் மறுபுறமும் என்னைச் சுழற்றி அடித்தன. பொங்கிவந்த கண்ணீரை அடக்கிக்கொண்டு அடுக்களைக்குள் நுழைந்த என்னிடம் அம்மா "அவரு நம்ம சாதி" என்றார். அதைக் கேட்டவுடன் இன்னும் அதிக குழப்பம் என்னை ஆட்கொண்டது.

வெறும் பெயரென்று அதுவரை அரைகுறையாக மதங்களையும் சாதிகளையும் எண்ணியிருந்த எனக்கு இல்லை, இவை வெறும் பெயர் மட்டுமல்ல, இவற்றுக்குள் வேறு ஏதேதோ இருக்கின்றன என்ற திறப்பு அன்றுதான் கிடைத்தது. அவையெல்லாம் என்னென்ன என்ற அறிதல் அந்த வயதில் இல்லாவிட்டாலும் கூட நான் தப்பாகக் கேட்கவில்லை என்ற நம்பிக்கையை எனது கேள்வியை எதிர்கொண்ட கணத்தில் அப்பாவின் இருண்டு மீண்ட கண்கள் வழியாக உறுதி செய்துகொண்டேன். மஞ்சுவை அப்பா விரட்டியது மாபெரும் தவறு என்பதையும் என் உள்ளுணர்வு ஆணித்தரமாக எனக்கு அறிவித்தது. அப்பா தன்னைப் பலிகடா ஆக்கிச் சுயமென்ற கடவுளின் அருளை எனக்கு கிடைக்கச் செய்திருந்தார்.

பட்டம் பெறா பட்டதாரி

“படி! படிச்சாதான் உருப்பட முடியும்” என்று சொல்லும் பெற்றோர் மத்தியில் “நீ படிச்சது போதும். வேலைக்குப் போ” என்று வற்புறுத்திய பெற்றோர் அமைந்தது அப்பாவின் ஆகப் பெரிய துரதிர்ஷ்டம் என்றுதான் சொல்ல வேண்டும். அந்தக் காலத்து எஸ்.எஸ்.எல்.சி தேர்வில் அப்பா தேர்ச்சி அடைந்த கையோடு தொடர்ந்து படிக்க ஆசைப்பட்டபோது குடும்பத்தின் வறுமையைக் காரணம் காட்டி அப்பாயி அப்பாவை வேலைக்குப் போகச் சொல்லியிருக்கிறார். எஸ்.எஸ்.எல்.சி தேர்வில் தோல்வி அடைந்த பெரியப்பாவை மேலே படிக்க வைக்கத் தயாராக இருந்த அப்பாயியின் பாரபட்சத்தை அப்பாவால் தாங்கிக்கொள்ள இயலவில்லை.

அப்பாவின் கிராமத்திலிருந்த சிவன் கோயிலில் ஐயராக இருந்த பட்டய்யர் தனது மகன்களிடம் “பஞ்சன் எப்படிப் படிக்கிறான் பாருங்க. அவனை மாதிரிப் படிக்கணும்டா” என்று அப்பாவை உதாரணமாகக் காட்டிப் பேசுவது வழக்கமாம். இந்தப் பட்டய்யர்தான் அப்பாவுக்குப் ‘பஞ்சாட்சரம்’ என்று பெயர் சூட்டியவர். பெயரிலேயே அட்சரத்தைக் கொண்டிருந்ததாலோ என்னவோ அப்பாவுக்குக் கல்வியில் கொள்ளை ஆசை. ஆனால் அவரது ஆசை நிராசையாக எஸ்.எஸ்.எல்.சி முடித்த உடனே பொதுப்பணித்துறையில் வேலைக்குச் சேர்ந்துவிட்டார். ஆனால் கற்றுக்கொள்ள வேண்டுமென்ற வேட்கையையும்

தேடலையும் அவர் ஒருபோதும் கைவிட்டதே கிடையாது.

குன்னூரில் வேலை பார்த்தபோது அலுவலகத்திற்குப் போகும் வழியிலிருந்த கான்வென்ட் பள்ளிக் குழந்தைகளோடு தப்பும் தவறுமாக உரையாடி ஆங்கிலத்தை அறிமுகம் செய்து கொண்டுள்ளார். பொதுப்பணித்துறையிலிருந்து மின்சாரவாரியத்திற்குப் பணிமாறியபிறகுக் கணக்கர் பதவிக்காகச் சில தேர்வுகளை ஆங்கிலத்தில் எழுத வேண்டிய கட்டாயம் ஏற்பட்டுள்ளது. அதன் வழியாக அப்பாவுக்கு ஆங்கில மொழி பரிச்சயம் அதிகரித்துள்ளது. பிறகு தொழிற்சங்கத்தில் இருந்தபோது வீட்டிற்கு அஞ்சலில் வரும் சோவியத் யூனியன் இதழ்களை வாசித்து வாசித்து ஆங்கில மொழி அறிவை வளர்த்துக்கொண்டுள்ளார்.

ஆங்கிலம் கற்றுக்கொள்ள அப்பாவுக்கு உதவி செய்தவர்களில் Wren & Martin இருவரும் மிக முக்கியமானவர்கள். சிவப்புக் கெட்டி அட்டையோடு சில பக்கங்கள் நைந்தும் கிழிந்தும் இப்போதும் எங்கள் வீட்டிலிருக்கும் பழைய Wren & Martin English Grammar நூலை அப்பா பைபிள்போல் போற்றிப் பாதுகாத்தார். பிள்ளைகள் நாங்கள் மூவரும் தமிழ்வழிப் பள்ளியில் படித்ததால் ஆங்கிலம் என்றாலே எங்களுக்கு வேப்பங்காய்தான். தமிழாசிரியரான அம்மாவைப்பற்றிச் சொல்லவே வேண்டாம். அவருக்கும் ஆங்கிலத்திற்கும் ஏகப்பொருத்தம். ஆங்கிலப் பாடத்தில் அப்பாவிடம் ஏதாவது சந்தேகம் கேட்டால் Wren & Martin நூலைத்தான் கைகாட்டுவார். அந்த நூலிலுள்ள Idioms and Phrases படித்தாலே போதுமானது ஒருவர் ஆங்கில மொழியில் மாஸ்டர் ஆகிவிடலாமென்பது அப்பாவின் அசைக்க முடியாத நம்பிக்கை.

எங்களது ஆங்கில அறிவை வளர்க்கச் சந்தா செலுத்தி அப்பா வரவழைத்த Readers Digest நூலை நாங்கள் ஒருபோதும் தொட்டதே கிடையாது. ஆனால் அப்பா முதல் பக்கத்திலிருந்து இறுதிப் பக்கம்வரை ஒரு சொல் விடாமல் அகராதியின் துணையோடு படித்து முடித்துவிட்டுத்தான் கீழே வைப்பார். தமிழிலும் அப்பாவுக்கு வாசிப்புப் பழக்கம் இருந்தது. கம்யூனிசம் பற்றி எழுதப்பட்ட நூல்கள், பெரியார், அண்ணா எழுதிய நூல்கள் ஆகியவற்றை அப்பா விரும்பி வாசிப்பார். அப்பாவின் இந்த வாசிப்புப் பின்புலமும் மேடை

பயமின்மையும் தொழிற்சங்க மேடைகளில் அப்பாவை ஒரு சிறந்த பேச்சாளராக முன்னிறுத்தி உள்ளன.

"நீங்கள் உண்மையில் தொழிற்சங்கத்தில் இருந்தீர்களா?" என்று நாங்கள் கிண்டல் செய்யும்போதெல்லாம் அதை நிரூபிக்க அப்பா ஒரு சாட்சி வைத்திருந்தார். மின்சாரவாரியத் தொழிற்சங்கத்தில் உபதலைவராக இருந்த காலத்தில் சம்பள உயர்வு கோரிப் புதுதில்லியில் நடந்த போராட்டத்தில் கலந்துகொண்டு ஊர்வலமாகச் சென்ற செய்தி புகைப்படத்துடன் தினத்தந்தி செய்தித்தாளில் வெளிவந்ததை அப்பா கத்தரித்து எடுத்து வைத்திருந்தார். கறுப்பு வெள்ளையில் மங்கலாகத் தெரியும் பல உருவங்களில் ஒன்றைக் காண்பித்து "இதுதான் நான்" என்று அம்மாவிடமும் எங்களிடமும் பெருமை பொங்கக் காட்டுவார். அவர் போராட்டத்தில் ஈடுபட்டுள்ளார் என்பதற்கு அது ஒன்றே சாட்சி என்பதால் அதை மிகவும் பத்திரமாகப் பாதுகாத்தார். திருமணம் ஆன புதிதில் தொழிற்சங்கக் கூட்டங்களுக்குச் சென்றுவிட்டு இரவு தாமதமாக வீடு திரும்பிய காரணத்தால் அம்மா கோபப்பட்டதைத் தொடர்ந்து அப்பாவின் தொழிற்சங்கப் பங்களிப்பு மெல்லக் குறைந்து போனது. அக்காலகட்டத்துப் பெரும்பான்மையான இளைஞர்களுக்கு நேர்ந்தது போலவே லௌகீக வாழ்க்கை அப்பாவின் புரட்சிக் கனவுகளையும் இலட்சியக் கொள்கைகளையும் விழுங்கியது.

ஈரோட்டில் அப்பா பணிபுரிந்தபோது ஓய்வு நேரங்களில் கவிஞர் தமிழன்பன் ஒரு தன்னார்வலராகப் பொதுமக்களுக்கு நடத்திய வகுப்புகளின் வழியாக யாப்பிலக்கணம், வெண்பா, ஆசிரியப்பா ஆகியவற்றைக் கற்றுக்கொண்டுள்ளார். "நான் மட்டும் உன்னை மாதிரித் தமிழை முறைப்படிப் படிச்சிருந்தா உட்கார்ந்தா ஆயிரம் கவிதைகள், ஓடுனா ஆயிரம் கவிதைகள் எழுதுவேன் தெரியுமா" என்று அம்மாவிடம் சொல்லிச்சொல்லி மாய்ந்து போவார். அப்பாவுக்குப் புரட்சிக் கவிஞர் பாரதிதாசனை மிகவும் பிடிக்கும். புதுக்கோட்டையில் பணிபுரிந்தபோது அங்கு நடந்த இலக்கியகூட்டம் ஒன்றில் பொதுமக்களுக்கான திடீர் இலக்கியப் போட்டியில் மேடையேறிப் பாரதிதாசனின் "நூலைப்படி சங்கத்தமிழ் நூலைப்படி" பாடலைப் பாடி முதல் பரிசு பெற்றதை அப்பா பெருமையாக நினைவு கூர்வார்.

அப்பா வழித் தாத்தா இளம் வயதில் அரிச்சந்திரன் நாடகங்களில் நடித்தவர். நன்றாகப் பாடக்கூடியவர். தனது

அப்பாவைப் போல குரல் அமையாவிட்டாலும் கூடப் பாடினால் பிறர் ஓடாத அளவுக்கான குரல் அப்பாவுக்கு வாய்த்திருந்தது. அப்பாவின் இசை ரசனை வித்தியாசமாகவும் சில சமயம் எங்களை எரிச்சலூட்டக்கூடியதாகவும் இருந்துள்ளது. வானொலி காலத்தில் வீட்டில் எல்லோரும் தமிழ் திரைப்படப் பாடல்களை விரும்பிக் கேட்கையில் அப்பா மட்டும் பழைய ஹிந்தி பாடல்களுக்கு ரசிகராக இருந்தார். “என்ன எழவு புரியுதுன்னு இதைக் கேட்கிறீங்க?” என்று அம்மா கேட்கும்போதெல்லாம் ஏதோ அவருக்கு ஹிந்தி தெரிந்தது போல “ஞான சூனியங்களுக்கெல்லாம் இது புரியாது” என்று சொல்லிக் கிண்டலடிப்பார்.

பண்டிகை நாட்களில் சிங்கப்பூரிலிருந்து சின்னத் தாத்தா கொண்டு வந்திருந்த சிவப்பு நிறச் சோனி டேப் ரெகார்டரில் காரைக்குறிச்சி அருணாச்சலம் பிள்ளையின் நாதஸ்வர கேஸட்டை ஒலிக்கவிட்டு அந்த இசையின் பின்னணியில் வழிபாட்டை முடித்தால்தான் அப்பாவுக்குத் திருப்தியும் நிறைவும் கிட்டும். திருவையாறு தியாகராஜர் ஆராதனை விழாவுக்கு வருடம் தவறாமல் ஒரு நாளாவது சென்றுவிடுவார். சீர்காழி கோவிந்தராஜனின் பாடல்களுக்கும் கத்ரி கோபால்நாத்தின் சாக்சபோன் இசைக்கும் அப்பா பரம ரசிகர். சர்.சி.வி ராமன் ஆராய்ச்சிக் கழகத்தில் வேலைக்கான தேர்வை எழுதத் தங்கையைப் பெங்களூருக்கு அழைத்துச் சென்றிருந்த அப்பா அங்கிருந்த ஒரு கோயிலில் எதேச்சையாகக் கத்ரி கோபால்நாத்தின் கச்சேரியை நேரில் கேட்க நேரிட்டதை வாழ்வின் அற்புதமான அனுபவமெனக்கூறிப் புளகாங்கிதம் அடைவார்.

கடல் போன்ற தமிழ் இலக்கியத்தில் அனைத்தையும் வாசிக்காவிட்டாலும்கூடத் திருக்குறளை மட்டுமாவது கட்டாயம் படிக்கவேண்டுமென்று அப்பா எங்களுக்கு அறிவுறுத்திக்கொண்டே இருப்பார். ஒருமுறை எங்கள் வீட்டில் தங்கியிருந்து, பட்டுக்கோட்டை அரசினர் ஆண்கள் பள்ளியில் படித்துக்கொண்டிருந்த எனது தாய்மாமா மகன் செங்குட்டுவனுக்கு உயிரியல் பாடப் பிரிவிலிருந்து கணினிப் பாடப் பிரிவுக்கு மாற்றல் வேண்டிப் பள்ளித் தலைமை ஆசிரியரைச் சந்திக்கச் சென்ற அப்பாவிடம் செங்குட்டுவன் குறித்த புகார்கள் அடுக்கப்பட்டுள்ளன.

“எவ்வளவு சொன்னாலும் இந்தப் பசங்க திருந்த மாட்டானுங்க சார் அடிச்சுதான் வழிக்குக் கொண்டு வரணும்” என்று சொன்ன தலைமை ஆசிரியரிடம் அப்பா “கடிதோச்சி மெல்ல எறிக!” என்றாராம். அதைக் கேட்டு அசந்து போன தலைமை ஆசிரியர் “நீங்க தமிழாசிரியரா?” என்று கேட்க அப்பா சிரித்துக்கொண்டே “எனது மனைவிதான் தமிழாசிரியை. நான் வெறும் தமிழார்வலர்” என்று சொல்லிவிட்டு வந்தாராம்.

அப்பாவுக்கு டைரி எழுதும் பழக்கம் இருந்தது. ஆங்கிலத்திலும் தமிழிலும் அழகான கையெழுத்தில் எழுதப்பட்ட தனது டைரிகளைப் பொக்கிஷமாகப் பாதுகாத்தார். ஒவ்வொரு வருடப் போகிப் பண்டிகையின் போதும் அம்மா வீட்டைச் சுத்தம் செய்யும்போது “எதுக்குத்தான் டைரி எல்லாத்தையும் இப்படிச் சேர்த்து வைக்கிறீங்களோ?” என்று அலுத்துக்கொள்ளும் போதெல்லாம் “நான் செத்தப்புறம் என்னோட வாழ்க்கை வரலாறை எழுதப் பயன்படும்” என்று அப்பா சொல்ல அம்மாவோடு சேர்ந்து நாங்களும் நக்கலாகச் சிரிப்பதுண்டு. ஆனால் அப்போது நான் ஓர் எழுத்தாளனாக மாறுவேன் என்றோ அப்பாவை மையமாகக் கொண்டு ஒரு நூலை எழுதுவேன் என்றோ கனவிலும் நினைத்துப் பார்த்ததில்லை. புது டைரி கைக்கு வந்தவுடன் அப்பா எழுதும் முதல் வாக்கியம் ‘உடல் மண்ணுக்கு! உயிர் தமிழுக்கு!’ என்பதாகத்தான் இருக்கும். “தமிழ் மொழிக்காக உயிரைக் கூட விடுவீங்களாப்பா?” என்று ஒருமுறை நான் கேட்டதற்கு “அது மொழி இல்லைடா அழகப்பா. ஒங்க அம்மா” (அம்மாவின் பெயர் தமிழரசி) என்று சிரித்துக்கொண்டே கூறினார் அப்பா.

வாழ்நாள் முழுதும் எதையாவது கற்றுக்கொண்டே இருக்க வேண்டுமென்ற கொள்கை உடையவர் அப்பா. பணியிலிருந்து ஓய்வுபெற்ற பிறகுப் பேராவூரணியிலிருந்த தனது நண்பரிடம் கார் ஓட்டக் கற்றுக்கொள்வதற்காகச் சென்றார். பிறகு தங்கையின் திருமணத்துக்கென வாங்கிக்கொடுத்து வீட்டில் நிறுத்தப்பட்டிருந்த காரை ஓட்டிப் பழக மாட்டுச் சந்தை நடைபெறும் திடலுக்குச் சந்தை இல்லாத நாட்களில் சென்றார். திடலில் ஆங்காங்கே நின்றிருந்த சில ஆடுகளும் மாடுகளும் கார் சைரன் சத்தத்திற்குச் சற்றும் அசைந்து கொடுக்காமல் போகவே ஒவ்வொரு முறையும் துணைக்கு அழைத்துச் சென்ற செங்குட்டுவனை இறங்கி விரட்டச் சொல்லியிருக்கிறார்.

வெறுத்துப்போன செங்குட்டுவன் "அத்தை! இவரு கார் ஓட்டும்போது வழியில எதுவுமே இருக்கக்கூடாதுன்னா வானத்துலதான் ஓட்டணும்" என்று அம்மாவிடம் பொரிந்துதள்ளி அதன்பிறகு போக மறுத்துவிட்டான். கணினி வகுப்பிலும் அப்பா சேர்ந்தார். ஆண்கள் மேல்நிலைப்பள்ளி அருகே இருந்த சோழா கம்ப்யூட்டர் சென்டரில் ஃபாக்ஸ்ப்ரோ கற்றுக்கொள்ளத் தொடங்கினார். "ஏன்பா இதெல்லாம் படிக்கிறீங்க?" என்று கேட்டால் "திடீர்னு பெரிய கம்பெனியிலேந்து என்னை அக்கவுண்டன்ட் வேலைக்குக் கூப்பிட்டால் நான் ரெடியா இருக்கணுமில்லே" என்று பதிலளிப்பார். ஒவ்வொன்றையும் கற்றுக்கொள்ள அவர் காட்டும் தீவிரமும் அதற்காகச் செலுத்தும் உழைப்பும் என்னை வியப்பிலாழ்த்தும்.

தன்னால் படிக்க முடியாமல்போன படிப்பை எல்லாம் தனது மனைவியும் பிள்ளைகளும் படித்துவிட வேண்டுமென்பதிலும் அதற்காக என்ன வேண்டுமானாலும் செய்யலாமென்பதிலும் அப்பா உறுதியாக இருந்தார். அம்மாவின் பணி ஓய்வு விழாவுக்காக அச்சிட்ட அழைப்பிதழில் எங்கள் ஒவ்வொருவர் பெயருக்குப் பின்னாலும் நாங்கள் வாங்கிய பட்டங்களைப் போட்டிருந்ததைக் கவனித்த என் கணவர் என்னுடைய பெயருக்குப் பின்னாலிருந்த பி.டெக், எம்.டெக் என்பதைப் பார்த்துவிட்டு "பி.டெக் முடிச்சாதான் எம்.டெக் படிக்க முடியும்னு ஒங்கப்பாவுக்குத் தெரியாதா?"என்று கேட்டுச் சிரித்துவிட்டுத் தனது பெயருக்குப் பின்னாலிருந்த பட்டங்களைக் கண்டு அதிர்ச்சி அடைந்தார்.

அவரது பெயருக்குப் பின்னால் பி.இ., எம்.பி.ஏ., பி.எம்.பி மேலே ஒரு கோடு என்றிருந்தது. "ஐயோ! ஒங்கப்பாவோட அலப்பறைக்கு அளவே இல்லாமல் போச்சு PMPங்கிறது Certfication, Degree கிடையாது" என்று சலித்துக்கொண்டார். வீட்டின் வெளிச்சுற்றுக் காம்பவுண்டுச் சுவரில் நுழைவாயில் கேட் அருகே எங்கள் அனைவரது பெயர்களும் பொறிக்கப்பட்டிருந்த கறுப்புக் கடப்பா கல்லில் நாங்கள் வாங்கிய பட்டங்களையும் சேர்க்க வேண்டுமென்று அப்பா சொல்லும் போதெல்லாம் "ஒண்ணாங் கிளாஸ்லேந்து ஆரம்பிச்சு மாஸ்டர் டிகிரி வரைக்கும் போடுறதுக்கு இந்தக் கல்லு பத்தாது மாமா.

காம்பவுண்ட் சுவரு முழுக்க வேணும்" என்று என் கணவர் கிண்டலடிப்பதுண்டு.

பட்டங்கள் மீது அப்பா பைத்தியமாக இருந்தார். அதனால்தான் அண்ணாமலைப் பல்கலைக்கழகத்தில் புலவர் பட்டம் மட்டும் பெற்றிருந்த அம்மாவைப் படிக்க வைத்து எம்.ஏ., பி.எட்., பி.லிட். பட்டங்கள் பெறச் செய்தார். அது மட்டுமல்லாமல் அனைத்து இடங்களிலும் என் மனைவி மெத்தப் படித்தவளென்று மார்தட்டிச் சொல்லவும் செய்தார். பிள்ளைகள் நாங்கள் மூவரும் பொறியியலில் முதுகலைப்பட்டம் பெற்றிருக்கிறோமென்றால் அதற்கும் அப்பாவின் இந்தப் பைத்தியக்காரத்தனம்தான் காரணம். "இப்படி ஊதாரித்தனமாச் செலவழிச்சாப் புள்ளைங்களுக்கு என்னத்தச் சேர்த்து வைக்கிறது?" என்று அம்மா எரிந்து விழும்போதெல்லாம் "படிப்புதான் நான் அவங்களுக்குக் கொடுத்திருக்கிற பெரிய சொத்து" என்று சொல்லி அம்மாவின் வாயை அடைப்பார். உண்மைதான். அப்பா கொடுத்த அந்த விலை மதிக்க முடியாத சொத்துதான் இன்று நாங்கள் மூவரும் சிங்கப்பூரில் ஒரு நிறைவான வாழ்வு வாழக் காரணமாக இருக்கிறது.

அம்மாவுக்கும் எங்களுக்கும் படிப்புத் தொடர்பான அனைத்து விண்ணப்ப படிவங்களையும் அப்பாதான் தெளிவான ஆங்கிலத்தில் அழகான கையெழுத்தில் எழுதித் தருவார். இப்போது இருப்பதுபோல் நாங்கள் படித்த காலத்தில் இணைய வழி விண்ணப்பங்கள் இல்லாத காரணத்தால் விண்ணப்ப படிவங்களை வாங்கிவரத் தமிழ்நாட்டில் உள்ள முக்கியப் பல்கலைக்கழகங்களுக்குள்ளும் சென்று வந்துள்ளார். அதில் அவருக்கு எப்போதுமே பெருமை உண்டு. "இத்தனைப் பல்கலைக்கழகங்களுக்குச் சென்ற ஒரு பட்டதாரிகூடத் தமிழ்நாட்டில் இருக்கமாட்டான்" என்று சொல்லிப் புன்னகைப்பார். பத்தாவது வரை மட்டுமே படித்திருந்தாலும் படிக்க வேண்டுமென்ற தீராத காதலுடன் பட்டங்கள் மீது பைத்தியமாயிருந்து பல பல்கலைக்கழகங்களின் மண்ணை மிதித்த பஞ்சாட்சரம் பட்டம் பெறாவிட்டாலும் பட்டதாரிதான்.

நட்பில் கரைந்தவன்

நல்ல நட்பு கிடைத்த மனிதன் ஆசீர்வதிக்கப்பட்டவன் என்றுதான் சொல்ல வேண்டும். அப்படியாக ஆசீர்வதிக்கப்பட்டவர் அப்பா. திருமணத்திற்கு முன்புவரை அப்பாவின் வாழ்வு நண்பர்களால் மட்டுமே சூழப்பட்டிருந்தது. விதவிதமான பிரிவுகளில் அப்பாவுக்கு நண்பர்கள் உண்டு. சொந்த ஊரில் காற்பந்து விளையாட்டு மூலம் கிடைத்த நண்பர்கள் ஒரு பிரிவினர். சிறு வயதில் குட்டையாகவும் கட்டையாகவும் இருந்த அப்பா நன்றாகக் காற்பந்து விளையாடுவாராம். அவர் மைதானத்தில் காலடி எடுத்து வைத்தவுடன் “பஞ்சு இறங்கிட்டான்டா” என்று நண்பர்களின் ஆரவாரம் விசில் ஒலியோடு காதைக் கிழிக்குமாம்.

மற்றொரு பிரிவினர் சண்டியரான அப்பாவுடன் ஊரில் சுற்றித் திரிந்தவர்கள். ஒன்றாகச் சேர்ந்து குடிப்பது, பிறகு யார் வீட்டுக் கோழியையாவது திருடிக் கொண்டு வந்து ஏதாவது ஒரு தோட்டத்தில் கூட்டமாகச் சேர்ந்து சமைத்துச் சாப்பிடுவது, எதிர்த்துக் கேள்வி கேட்பவர்களை இழுத்துப் போட்டுச் சாத்துவது, கேள்வி கேட்காமல் செல்பவர்களிடம் வீணாகப் பேசி வம்பிழுத்தல் எனப் பலவித அட்டகாசங்களுக்குத் துணைபோன நண்பர்கள் இவர்கள். இப்பிரிவினர் மீது அப்பாவுக்கு எப்போதுமே ஒரு விசேஷப் பிரியம் உண்டு என்பதை அவர்களைச் சந்திக்கையில் அப்பாவின் முகத்தில்

தெரியும் ஒளி வழியாகவும் வழியும் புன்னகையின் வழியாகவும் நான் கண்டறிந்திருந்தேன்.

மற்றொரு பெரும் பிரிவினர் அப்பாவின் பணி மூலம் கிடைத்த நண்பர்கள். வேலை செய்த அனைத்து ஊர்களிலும் அப்பாவுக்கு நெருங்கிய நண்பர்கள் இருந்தார்கள். சிலரை நேரிலும் சிலரை வாய் வழியாகவும் அப்பா எங்களுக்கு அறிமுகப்படுத்தி இருந்தார். பெரும் கோபம் கொண்ட மனிதரான அப்பாவுக்கு எப்படி இவ்வளவு நண்பர்கள் இருக்கிறார்கள்? எப்படி இவர்களது நட்பு அறுந்துவிடாமல் தொடர்கிறது? போன்ற கேள்விகள் எனக்குச் சிறுவயதில் தோன்றுவதுண்டு. கல்லூரியில் படிக்கும் காலத்தில் ஒரு வார விடுமுறையில் விடுதி உணவிலிருந்து தப்பிப்பதற்காகத் திருச்சி மலைக்கோட்டைக்கு அருகில் குடியிருந்த அப்பாவின் நெருங்கிய நண்பரான ரவிராஜ் மாமாவின் வீட்டிற்குச் சென்றிருந்தேன். அப்போது அவரிடம் என் சந்தேகத்தைக் கேட்டேன். அவர் சிரித்துக்கொண்டே "அது கோபம் இல்லைம்மா, முன்கோபம். என்ன ஒண்ணு முன்ன பின்ன யோசிக்காம வார்த்தையை விட்டுடுவான். ஆனால் அடுத்த நிமிஷம் எல்லாத்தையும் மறந்துட்டு நம்மகிட்ட சாதாரணமாப் பேசிக்கிட்டு நிப்பான். பேர் மாதிரியே அவன் மனசும் பஞ்சுதான்னு எங்க எல்லாருக்கும் தெரியும்" என்றார். உண்மையான நண்பர்களால் மட்டும்தான் அழுக்குகளோடும் கறைகளோடும் கூடிய நம்மை அருவருப்பில்லாமல் தழுவிக்கொள்ள முடியும் போலும்.

பிற ஊர்களில் இருந்த நண்பர்களோடு கடிதத் தொடர்பிலிருந்த அப்பா பட்டுக்கோட்டையிலிருந்து ஒருமணிநேரப் பயணத் தொலைவே இருந்த தஞ்சைக்கு நண்பர்களைச் சந்திக்க மாதம் ஒரு முறையாவது செல்வதை வழக்கமாகக் கொண்டிருந்தார். தஞ்சையில் அப்பாவுக்கு நிறைய சௌராஷ்டிர நண்பர்கள் இருந்தனர். அவர்களில் மிகவும் நெருக்கமானவர் கிருஷ்ணராஜ் மாமா. மாமா நல்ல சிவப்பாக இருப்பார். சற்று வழுக்கை விழுந்த தலை. வட்டமான முகம். புன்னகை தேங்கி நிற்கும் கண்கள். வெற்றிலை போடும் பழக்கம் கொண்டவர். குரல், பார்வை, தொடுகை அனைத்திலும் மென்மையை மட்டுமே கொண்ட மனிதர். தனது திருமணத்தின் போது மாப்பிள்ளைத் தோழனாக முறைப்படி இருக்க வேண்டிய தங்கையின் கணவரை வேண்டாமென்று மறுத்த அப்பா கிருஷ்ணராஜ் மாமாவைத்தான் தோழனாக வைத்துக்கொண்டாராம்.

இதைச் சொல்லும்போது அப்பா வேறொரு விஷயத்தையும் சொல்லத் தவறியதில்லை. பரிசம் போட்டவுடன் வருங்கால மனைவியைப் பார்க்க வேண்டுமென்ற ஆசையில் அம்மா ஆசிரியையாகப் பணிபுரிந்த பட்டுக்கோட்டை பெண்கள் பள்ளி வாசலில் தினசரி ஆஜராகி இருக்கிறார் அப்பா. சில மாதங்கள் கழித்து லாட்ஜில் அப்பாவுடன் தங்கியிருந்த புலவர் அய்யாவு "பொண்ணைப் பார்த்தியா?" என்று கேட்க "பார்த்தேன்யா. என்ன பொண்ணு பார்த்திருக்கானுங்க? ஒதடெல்லாம் பெரிசா இருக்கு" என்று அப்பா சொல்லப் புலவருக்கோ ஒரே குழப்பம். "என்னயா சொல்றே? ஒனக்குப் பார்த்த பொண்ணு நல்லா இருக்கும். ரெண்டு மூணு பட்டிமன்றத்துல அந்தப் புள்ள பேசி நான் பார்த்திருக்கேன்யா" என்று சொல்லி ஒருநாள் அம்மாவைக் காட்டிய பிறகுதான் தவறுதலாக வேறு ஒரு ஆசிரியையை (அவர் பெயர் அன்பழகி) பார்த்திருக்கிற விஷயம் அப்பாவுக்குத் தெரிய வந்துள்ளது. "தப்பாப் பார்த்த அன்பழகியையே கட்டியிருந்திருக்கலாம், சரியா இருந்திருக்கும்" என்று அப்பாவும் "கட்டித் தொலைஞ்சிருக்கலாம், தமிழரசி தப்பிச்சிருந்திருப்பா" என்று அம்மாவும் முட்டிக்கொள்ளும் தருணங்களில் "நாங்களும் வேற வீட்ல பொறந்து நிம்மதியா இருந்திருப்போம்" என்று சொல்லிச் சிரிப்பாள் தங்கை.

குணாதிசயத்தில் அப்பாவுக்கு முற்றிலும் நேரெதிராக இருந்த கிருஷ்ணராஜ் மாமா தஞ்சை ஈ.பி. காலனியில் புதுவீடுகட்டிக் குடிபோனபோது நாங்கள் குடும்பமாக விழாவுக்குச் சென்றிருந்தோம். அப்போது நான் ஆறாவதோ ஏழாவதோ படித்துக்கொண்டிருந்த ஞாபகம். அங்குதான் மாமாவின் பிள்ளைகளான ராஜ்குமார், சந்திரகுமார், சுஜா மூவரையும் சந்தித்தேன். ஆண் பிள்ளைகள் இருவரும் என்னைவிட மூத்தவர்கள். சுஜா என்னை விட ஒரு வயது சிறியவள். அன்றுதான் கிருஷ்ணராஜ் மாமாபற்றி அதுவரை தெரியாத ரகசியத்தைத் தெரிந்துகொண்டேன். பெண்கள் கூட்டத்திலிருந்த ஒரு கிழவி "புள்ளைங்களை விட்டுட்டுப் போக அந்தத் தேவடியா முண்டைக்கு எப்படித்தான் மனசு வந்துச்சோ? இந்தப் பொண்ணை நெனைச்சுப் பார்த்தாளா? ஓடுகாலி நாயி!" என்று திட்டிவிட்டுச் சுஜாவைத் தூக்கி மடியில் வைத்துக்கொண்டார். அருகிலிருந்த மற்றொரு பெண் "இப்ப எங்க இருக்காளாம்?" என்று கேட்க "எங்க போவா?

தஞ்சாவூர்லதான் இருக்கா. அவனும் இவளோட ஆபிஸ்தானாம்" என்று கிழவி சொல்ல எனக்கு ஏதோ புரிந்தமாதிரி இருந்தது.

தன்னுடன் பணிபுரிந்த ஆடவனை விரும்பி அவனோடு வாழச் சென்றதன் வழி மனைவி அளித்த நஞ்சை விழுங்கிவிட்டு மாதொருபாகனாக மாறி அன்னையாகவும் அப்பனாகவும் தனது பிள்ளைகள் மூவருக்காகவும் வாழ்ந்த மாமா மீது பெரும் பரிவும் பரிதாபமும் தோன்றின. அவரைக் காணும்போதெல்லாம் மனதில் சொல்லத் தெரியாத ஏதோ ஒரு துக்கம்வந்து அடைத்துக்கொண்டது. அவரது மூன்று பிள்ளைகளின் மீதும் அளவு கடந்த நேசம் உண்டாகியது. நான் ஒன்பதாவது படிக்கும்போது மே மாதப் பள்ளி விடுமுறைக்கு எங்கள் வீட்டிற்கு வந்து சில நாள்கள் தங்கியிருந்த அவர்களுக்காக நான் என்ன வேண்டுமானாலும் செய்யத் தயாராக இருந்தேன். அச்சமயத்தில் அவர்களோடு பட்டுக்கோட்டை மணிக்கூண்டு எதிரே இருந்த வீரா திரையரங்கத்தில் சென்று பார்த்த 'அம்மன் கோயில் கிழக்காலே' படம் இப்போது பார்த்தாலும் மனதில் இறுகிக் கிடக்கும் தித்தித்திப்பான நினைவுகளை இளகச் செய்கிறது.

அப்பாவுக்குத் திருமணம் முடிந்த கையோடு கிருஷ்ணராஜ் மாமா அம்மாவிடம் "பஞ்சு காட்டாறு மாதிரி, நீதான் கொஞ்சம் பொறுமையா இருந்து அனுசரிச்சுப் போகணும்மா" என்று சொல்லியிருக்கிறார். அதனாலோ என்னவோ மாமா எப்போது எங்கள் வீட்டுக்கு வந்தாலும் அப்பாவின் முன்கோபம், ஊதாரித்தனம் ஆகியவற்றைக் குறித்த சிறுசிறு புகார்களை அம்மா அவரிடம் முறையிடுவார். அதைக் கேட்டுவிட்டு "பஞ்சு! ஒனக்கு வாய்ச்ச பொண்டாட்டி மாதிரி யாருக்கும் வாய்க்காது. அது சொல்றபடி கேட்டு ஒழுங்கா நடந்துக்கோ" என்று மென்மையாக அப்பாவிடம் எடுத்துச் சொல்வார். மற்றவர்கள் எது சொன்னாலும் அலட்சியப்படுத்தும் அப்பா கிருஷ்ணராஜ் மாமா சொல்லும்போது மட்டும் தலையை ஆட்டிஆட்டி கேட்டுக்கொள்வார்.

தஞ்சைக்கு நண்பர்களைச் சந்திக்கச் செல்லும்போது அப்பா எப்போதாவது குடித்துவிட்டு வருவதைப் பற்றியும் அம்மா மாமாவிடம் சொல்வதுண்டு. அதற்கு மாமா "கல்யாணத்துக்கு முன்னாடி இருந்த பஞ்சு இப்ப இல்லைன்னு எனக்குத்

தெரியும். ஆனாலும் இந்தப் பழக்கத்தைச் சுத்தமா விட்டுத் தொலைக்க கூடாதா? புள்ளைங்களை நெனைச்சுப் பாருய்யா" என்று கெஞ்சும் தோரணையில் அறிவுரை சொல்வார். மனைவி விட்டுவிட்டுப் போன பிறகு தனி ஒரு மனிதனாகப் பிள்ளைகளை வளர்த்து ஆளாக்கிப் படிக்க வைத்திருந்த மாமாவைத் தவிர வேறு யாருக்கும் அந்த அறிவுரையைச் சொல்லத் தகுதி இல்லை என்பதை நாங்கள் அனைவரும் அறிந்திருந்தோம். மூத்த மகனையும் மகளையும் மருத்துவமும் இரண்டாவது மகனைப் பொறியியலும் படிக்க வைத்திருந்தார் மாமா. "மூணு பேரும் கெட்டிக்காரப் புள்ளைங்க. அப்பனோட கஷ்டம் தெரிஞ்ச புள்ளைங்க" என்று அம்மா அடிக்கடி மாமாவின் பிள்ளைகளை எங்கள்முன் பாராட்டிப் பேசுவார்.

அப்போது நான் திருச்சியிலுள்ள பாரதிதாசன் பல்கலைக் கழகத்தில் முதுகலை பயின்று கொண்டிருந்தேன். வார இறுதி விடுமுறைக்காக வீட்டிற்கு வந்திருந்தேன். வீட்டை அடைந்தபோது அப்பா இல்லை. அம்மாவிடம் கேட்டதற்கு அப்பா தஞ்சாவூர் போயிருப்பதாகச் சொன்னார். அன்று இரவு அனைவரும் உறங்கிவிட நான் அடுப்படியில் அமர்ந்து படித்துக்கொண்டிருந்தேன். அப்போது காம்பவுண்ட் கேட்டை யாரோ தட்டும் சத்தம் கேட்க எழுந்து வெளியே சென்றேன். மணி பன்னிரண்டை நெருங்கிக்கொண்டிருந்தது. தெருநாய்கள் விடாமல் குரைத்துக்கொண்டிருந்தன. வீட்டின் முன்புறத்திலிருந்த தெருவிளக்கின் வெளிச்சத்தில் அப்பாவின் முகம் தெரிந்தவுடன் பூட்டியிருந்த வாசல் கதவைத் திறந்துவிட்டேன். என்னைப் பார்த்தவுடன் "எப்படா அழகப்பா வந்தே?" என்று வாயெல்லாம் பல்லாக வரவேற்கும் அப்பாவை அன்று காணவில்லை. தஞ்சாவூர் சென்று நண்பர்களைச் சந்தித்துவிட்டு வந்தால் அவரிடம் லேசாக வீசும் வாடையும் அன்று வீசவில்லை. இவை இரண்டும் அப்பா வழக்கமான அப்பாவாக இல்லை என்பதை எனக்குக் காட்டிக்கொடுத்தன. தான் வாங்கி வந்திருந்த தின்பண்டங்களிருந்த பையை என்னிடம் நீட்டியவர் எதுவும் பேசாமல் உள்ளே சென்றுவிட்டார். நான் கதவுகளை எல்லாம் பூட்டிவிட்டு உள்ளே வந்து மீண்டும் அடுப்படியில் அமர்ந்து படிக்கத் தொடங்கியபோது அப்பா உடை மாற்றிக்கொண்டு கொல்லைப்புறத்திற்குச் சென்றார்.

சில நிமிடங்கள் கழித்துக் கொல்லைப்புறத்திலிருந்து எந்தவித சத்தமும் இல்லாமல் போகவே நான் வெறுமனே சாத்தியிருந்த

கதவைத் திறந்து எட்டிப்பார்த்தேன். அப்பா கிணற்றடியில் அமர்ந்து முழங்காலுக்குள் தலையைப் புதைத்திருந்தார். அப்படியான கோலத்தில் நான் அப்பாவைப் பார்த்ததே இல்லை. ஏதோ ஒன்று அப்பாவின் மனதை அலைக்கழிக்கிறது என்று உணர்ந்தவுடன் தங்கையோடும் தம்பியோடும் உறங்கிக்கொண்டிருந்த அம்மாவை எழுப்பினேன். கண் விழித்த அம்மா "என்ன?" என்றார். நான் "அப்பா" என்றேன். "என்ன ஒங்கப்பன் குடிச்சிட்டு வந்திருக்காரா?" என்று கேட்டவரிடம் நான் விஷயத்தைச் சொன்னவுடன் மெல்ல எழுந்தவர் கொல்லைப்புறத்திற்குச் சென்றார். பின்தொடர முற்பட்ட என்னைத் தடுத்து நிறுத்தியவர் "நீ போய்ப் படி!" என்றதும் எனக்கு ஏமாற்றமாக இருந்தது. அவர்கள் இருவரும் பேசப்போவதைக் கேட்க வேண்டுமென்ற ஆர்வம் உந்த அடுப்படியிலிருந்த திறந்த சன்னலருகே சென்று நின்றுகொண்டேன்.

"ஏன் இங்க ஒட்கார்ந்திருக்கீங்க?" என்று அம்மா கேட்டவுடன் "சும்மாதான் ஒட்கார்ந்திருக்கேன். தூக்கம் வரலை" என்று அப்பாவின் குரல் ஈனஸ்வரத்தில் ஒலித்தது. அதன்பிறகு சில நொடிகளுக்குச் சத்தம் ஏதும் வரவில்லை. அம்மா கழிவறைக்குச் சென்றிருக்க வேண்டுமென நானே யூகித்துக்கொண்டேன். இப்போது அப்பா "நான் தூங்கிவிட்டேனா?" என்று அம்மாவிடம் கேட்பதும் "இன்னும் தூங்கலை. படிச்சிகிட்டிருக்கா" என்று அம்மா சொல்வதும் காதில் விழுந்தது. "இன்னைக்கு நம்ம கிருஷ்ணராஜைப் பார்த்தேன்" என்று அப்பா ஆரம்பித்தவுடன் "நல்லா இருக்காரா? புள்ளைங்க எல்லாம் நல்லா இருக்காங்களாமா? பெரியவன் மெட்ராஸ்லதானே இருக்கான்? சின்னவன் எங்க வேலை பார்க்கிறான்? பொண்ணு மெடிகல்தானே பண்றா?" என்று அம்மா மூச்சுவிடாமல் கேள்விகளை அடுக்கினார். அப்பாவிடமிருந்து பெருமூச்சு ஒன்று மட்டுமே பதிலாக வந்ததைக் கவனித்த அம்மா "என்னாச்சுங்க? ஏதாவது பிரச்சனையா?" என்று கேட்க அப்பா என்ன சொல்லப் போகிறார் என்பதைத் தெரிந்துகொள்ள என் காதுகளைக் கூர்தீட்டிக்கொண்டேன்.

"என்ன சொல்றதுன்னே தெரியலை. கிருஷ்ணராஜ் குடிக்க ஆரம்பிச்சிட்டான்" என்று அப்பா சொன்ன அந்த வினாடி அம்மாவும் நானும் ஒரு சேர அதிர்ந்தோம். "கிருஷ்ணராஜ்

மாமா குடிக்கிறாரா?" என்று நானும் "நெஜமாவா சொல்றீங்க?" என்று அம்மாவும் அப்பா கூறியதை நம்ப முடியாதவர்களாக நின்றிருந்தோம். தொடர்ந்து அப்பா சொன்ன விஷயம் இன்னும் கூடுதல் அதிர்ச்சியை அளித்தது. மருத்துவம் இறுதி ஆண்டு படித்துக்கொண்டிருந்த மாமாவின் பெண் சுஜா அவளது அம்மாவோடு சென்றுவிட்டாளாம். 'சுஜாவா அப்படிச் செய்தாள்? இரண்டு பையன்களை விட அவள் மீதுதானே மாமா உயிரையே வைத்திருந்தார்? ஐந்தாறு வயதிலிருந்து தாய்க்குத் தாயாகத் தகப்பனுக்குத் தகப்பனாக வளர்த்த அப்பனைத் தூக்கி எறிய எப்படி மனம் வந்தது? எப்போதோ யாரோ ஒருவனோடு சென்றுவிட்ட தாயின் மீது ஏன் இந்த திடீர் பாசம்?' என்று என் மனதில் பல கேள்விகள் எழுந்து நின்றன. சுஜா மீது அளவு கடந்த ஆத்திரமும் கோபமும் வந்தது.

"மனுஷன் ஒடைஞ்சு போயிருப்பாரே?" என்று அம்மா கேட்டவுடன் "சுத்தமா மனசை விட்டுட்டான். நான் என்னடா தப்பு செஞ்சேன்னு கேட்டு அழுவுறான். பார்க்கச் சகிக்கலை" என்று அப்பா சொன்னபோது மாமாவின் முகமும் புன்னகையும் நினைவுக்குவர என்னையும் அறியாமல் கண்கள் கலங்கின. "இந்தப் பொண்ணு இப்படிச் செஞ்சிருக்க வேண்டாம்" என்று அம்மா சொல்லியவுடன் "பொண்ணுன்னா அவனுக்கு உசுரு. அவனுக்குத் துரோகம் பண்ண அதுக்கு எப்படி மனசு வந்துச்சு? அந்த முண்டை வந்து கூப்பிட்டா இந்தப் பொண்ணு போகலாமா? யோசிக்க வேணாமா? என்னத்தப் படிச்சுக் கிழிச்சுது? புள்ளைங்களே ஒலகம்னு கெடந்தவன் அவன். அவனை அழவச்சிட்டு நல்லா வாழ்ந்துட முடியுமா?" என்று அப்பா கோபத்தில் ஏதேதோ சொல்லிப் பிதற்றிக்கொண்டிருந்தார்.

அவரது ஒவ்வொரு சொல்லும் எனக்காகச் சொல்லப்பட்டது போலிருந்தது. ஒவ்வொரு வார்த்தையும் எனது கன்னத்தில் அறைகளாகவும் மனதில் இடிகளாகவும் வந்து விழுந்து கொண்டிருந்தன. கல்லூரியின் இறுதி ஆண்டில் காதலில் விழுந்திருந்த நான் மனதில் சுமந்திருந்த காதலை அப்பாவிடம் சொல்லத் தைரியமும் திராணியும் இல்லாதவளாக நாட்களைக் கடத்திக்கொண்டிருந்தேன். சற்று முன் சுஜா மீது ஆத்திரம் கொண்டு நான் வைத்த அத்தனைக் கேள்விகளும் என்னைப்

பார்த்துச் சிரித்தன. சுஜாவைப் போல் நானும் ஒருநாள் மகள்மீது உயிரையே வைத்திருக்கும் ஓர் அப்பனுக்கு நம்பிக்கைத் துரோகமிழைத்து அவரை மீளாத் துயரில் ஆழ்த்தப் போகிறேனோ என்ற விடை தெரியாத கேள்வியோடு கண்களில் கண்ணீர் மறைக்க வானைப் பார்த்தேன். நட்சத்திரங்களும் நிலவும் இன்றி வானம் இருண்டு கிடந்தது.

தோற்று வென்ற பெத்தவன்

காதலுக்குக் கண்ணில்லை என்பது மட்டுமல்ல, அதற்குக் கால நேரமுமில்லை. திருச்சியில் பொறியியல் கல்லூரியில் படிக்கும்போது ஆங்கிலவழிக் கல்வி, அறவே புரியாத பாடங்கள், தேர்வுகள், விடுதி வாழ்க்கை, நண்பர்களுடனான ஆங்கில உரையாடல்கள், ஆண் நண்பர்கள், இனக்கவர்ச்சி இப்படியாகப் பல கொண்டை ஊசி வளைவுகளை விபத்தில்லாமல் கடந்த நான் இறுதி வருடத்தில் பொறியியல் பட்டமென்ற மலையின் உச்சியை அடைவதற்கு முந்திய வளைவில் காதலென்ற விபத்தில் மாட்டிக்கொண்டேன். நான்கு வருடங்கள் என்னை விட்டு வைத்திருந்த காதலென்ற சுழல் கல்லூரியைவிட்டு வெளியேறப்போகும் இறுதி மாதத்தில் என்னைச் சுருட்டி இழுத்துக்கொண்டது. அதிலிருந்து ஒருபோதும் மீட்பில்லை என்று புரிந்தபோது அப்பாவின் ருத்ரதாண்டவக் கோலம்தான் முதலில் கண்முன் வந்து பயமுறுத்தியது.

கல்லூரி முடித்தவுடன் குடும்பத்தில் திருமணப் பேச்சு எழுமென்ற நிதர்சனம் புரிந்தவுடன் காதலெனும் திரவத்தில் மூழ்கியிருந்த என் மூளை முதுகலைப்படிப்பு என்ற திட்டத்தைத் தீட்டியது. இதன் மூலம் இரண்டு வருடங்கள் திருமணத்தைத் தள்ளிப்போடலாமென்ற முடிவோடு எனது விருப்பத்தை அப்பாவிடம் சொன்னபோது படிப்பு, பட்டங்கள் மீது பித்தான அப்பா "அதுக்கென்னடா அழகப்பா, எவ்வளவு

அப்பன் 125

வேண்டுமானாலும் படிடா” என்று உற்சாகத்துடன் சம்மதித்தார். அதிகம் படித்தால் மாப்பிள்ளை கிடைப்பதில் சிக்கல் வருமென்ற காரணத்தைச் சொல்லி அம்மா மறுப்புத் தெரிவித்ததை அப்பா பொருட்படுத்தவில்லை. அப்பாவை ஏமாற்றுகிறோமென்ற குற்ற உணர்வைக் காதலுக்காக எதையும் செய்யலாமென்ற உணர்வு நியாயப்படுத்தத் திருச்சியில் முதுகலைப்படிப்பில் சேர்ந்தேன்.

ஒருவர் குறிப்பாகப் பெற்றோர் நம்மீது வைத்திருக்கும் நம்பிக்கையைக் குலைப்பது பாவமென்று மூளை சுட்டிக் காட்டினாலும் உன் வாழ்வை நீ முடிவு செய்வது எப்படிப் பாவமாகும் என்று கேட்டு இதயம் மூளையை மழுங்கடித்தது. ஒருபுறம் கடிதங்கள், சந்திப்புகள் மூலம் காதல் ஆழமாக வேரூன்றத் தொடங்க மறுபுறம் அப்பாவிடம் சொல்வது குறித்த அச்சமும் என்னைக் கொன்றுத் தின்றது. என் காதலையும் அப்பாவின் முன்கோபத்தையும் அறிந்த எனது நண்பர்கள் அனைவரும் “ஒனக்கு அருவாளாலதான் சாவு” என்று சொல்லிப் பயமுறுத்தினார்கள். “நீ பயப்படுற மாதிரியெல்லாம் எதுவும் நடக்காது நிலா. ஒங்கப்பா ஒன் காதலை ஏத்துக்குவாரு” என்று மிகவும் உறுதியாகச் சொன்ன ஒரே நண்பன் என்னுடன் முதுகலையில் ஒன்றாகப் படித்து இப்போது ஐ.ஏ.எஸ் அதிகாரியாக இருக்கும் மாணிக்கராஜ் மட்டும்தான்.

முதுகலைப்படிப்பு முடிவுக்கு வந்த சமயத்தில் மீண்டும் திருமணம் குறித்த பதற்றம் சூழ்ந்துகொண்டது. இனிமேலும் தப்பிக்க முடியாதென்பது உறுதியானவுடன் ஒரு வேலை வாங்கிவிட்டால் சற்று தைரியமாகக் காதலை வீட்டாரிடம் சொல்ல முடியுமென்று தோன்றியது. பேராசிரியர்களிடமிருந்து பெற்ற பரிந்துரைக் கடிதங்களை இணைத்து வேலைகளுக்கு விண்ணப்பிக்கத் தொடங்கினேன். சென்னையிலிருந்த இரண்டு நிறுவனங்களிடமிருந்து நேர்முகத் தேர்வுக்கான அழைப்பிதழ்கள் வந்தன. வயது ஏறிக்கொண்டே இருக்கிறது, கல்யாணம் செய்துகொள்ளாமல் வேலைக்குப் போகிறேன் என்கிறாளே என்ற கவலையும் வருத்தமும் அம்மாவுக்கு இருந்தது. ஆனால் அப்போதும் அப்பாதான் நல்ல வரன் அமைகின்றவரை வேலைக்குப் போகட்டுமென்று எனக்காகப் பரிந்துபேசி என்னைச் சென்னைக்கு நேர்முகத் தேர்வுகளுக்கு அழைத்துச்

சென்றார். அப்பாவின் ஆதரவும் பரிவும் என்னைப் பெரும் குற்ற உணர்வுக்குள் தள்ளின.

ஒரு ஜெர்மன் நிறுவனத்தில் வேலையும் கிடைத்தது. முதுகலைப்பட்டமும் கைக்கு வந்தது. அதுவரை மனதிலிருந்த குழப்பங்கள் விலகி ஒரு புதிய தடம் தெரிந்தது. இதை விட்டால் நல்வாய்ப்பு அமையாது என்பதும் புரிந்தது. பெரும்பான்மையான பெண்கள் தான் காதலிக்கும் விஷயத்தை அம்மாவிடம்தான் சொல்வார்கள். ஆனால், நான் அம்மாவிடம் முதலில் சொல்லக்கூடாது என்பதில் மிக உறுதியாக இருந்தேன். அதற்கு ஒரு காரணமிருந்தது. நான் பன்னிரண்டாவது படிக்கும்போது ஒரு ஞாயிற்றுக்கிழமை அம்மா எங்களை ராசப்பன் மாமா வீட்டிற்கு அழைத்துச் சென்றிருந்தார்கள். மாமா அப்பா போல் தமிழ்நாடு மின்சார வாரியத்தில் பணியாற்றியவர். அம்மாவின் பெரியப்பா மகன். நான் இவரை ஆஃபிஸ் மாமா என்றுதான் அழைப்பேன். இவர் இசபெல் பெண்கள் பள்ளிக்குப் பின்னாலிருந்த தேவாலயத்திற்கு எதிரில் ஒரு காலனியில் குடியிருந்தார்.

மாலை திரும்பிவிடலாமென்ற எண்ணத்தில் சென்றிருந்த நாங்கள் மாமியின் வற்புறுத்தலின் பேரில் இரவு உணவு உண்டுவிட்டு வீடு திரும்பியபோது அப்பா ருத்ரமூர்த்தியாக மாறி நின்றிருந்தார். "வயதுக்கு வந்த பெண்களை வீட்டுக்கு அழைத்து வரும் நேரமா இது?" என்று ஆரம்பித்து அப்பா அம்மாவை நோக்கி வீசிய சொற்கள் ஒரு பெண் தன் வாழ்நாளில் கேட்கக்கூடாத சொற்கள். அம்மாவின் இடத்தில் நான் இருந்திருந்தால் அதே இடத்தில் அப்பாவைக் கொன்று போட்டிருப்பேன். இந்தச் சம்பவத்தின் மூலம் நானும் என் தங்கையும் சிறு தவறு செய்தாலும் அதற்காகத் தண்டிக்கப்படப்போவது அம்மாதான் என்பதைத் தெரிந்துகொண்டேன். என் காதல் செய்தி அம்மா மூலம் அப்பாவுக்குச் சென்றால் அம்மாவின் கதி அதோ கதிதான் என்பதால் நேரடியாக அப்பாவுக்கு நீண்ட கடிதம் ஒன்றை எழுதினேன்.

அப்பா கடிதத்தைப் படிக்கும்போது அவர் முன் நிற்பதற்கான தைரியம் இல்லாததால் அம்மாவின் கிராமத்திற்குச் சென்று வரலாமென திட்டமிட்டேன். அன்று காலை அம்மா வழக்கம் போல் பள்ளிக்குச் சென்றுவிட்டார். நானும் தயாரானேன்.

அப்பா அப்போது பணிஓய்வு பெற்று வீட்டிலிருந்தார். அவரது பைக்கில் என்னைப் பேருந்து நிலையத்திற்கு அழைத்துச் சென்றபோது என்ன சொல்லிக் கடிதத்தைக் கொடுப்பது என்ற எண்ணம்தான் ஓடிக்கொண்டிருந்தது. தஞ்சாவூர் செல்லும் பேருந்தில் என்னை ஏற்றிவிட்டபிறகு சன்னல் அருகே நின்று "பத்திரமாப் போடா அழகப்பா! சீக்கிரமா வந்துடு!" என்று சொன்னவரிடம் சன்னலின் சிறிய இடைவெளி வழியாகக் கடிதத்தை நீட்டினேன். அந்தச் சிறிய இடைவெளிதான் எனக்கும் அப்பாவுக்குமான பெரிய இடைவெளிக்கான தொடக்கப்புள்ளி. அப்பா குழப்பத்தோடும் கேள்வியோடும் என்னைப் பார்த்தார். "வீட்டுக்குப் போய்ப் படிச்சுப் பாருங்கப்பா" என்று நான் சொல்லவும் பேருந்து கிளம்பவும் சரியாக இருந்தது.

மாலை நான் திரும்பியபோது வீடு வீடாக இல்லை. மயானத்துக்குள் நுழைந்துவிட்டது போலிருந்தது. அழுது சிவந்த கண்களோடு இருந்த அம்மாவின் வீங்கிய முகத்தையும் எல்லாம் முடிந்துவிட்டதுபோல் எந்த வித உணர்ச்சியுமின்றி இருந்த அப்பாவின் முகத்தையும் கண்டபோது போர் தொடங்கிவிட்டதை உணரமுடிந்தது. போரில் எனக்கு எதிராக நின்றவர்கள் என் உயிருக்கும் மேலானவர்கள். நான் சுதந்திரமானவள், விரும்பிய படிப்பைப் படிக்கலாம், விரும்பிய உடையை அணியலாம், விரும்பிய இடத்திற்குச் சென்று வரலாம், எதையும் துணிந்து பேசலாம் என்றெல்லாம் நினைத்திருந்த எனது எண்ணத்தில் பெரும் இடி விழுந்தது. பரியேறும் பெருமாள் திரைப்படத்தில் வரும் கதைநாயகி போல 'உனக்குக் கொடுக்கப்பட்ட அனைத்துச் சில்லறைச் சுதந்திரங்களும் உண்மையான சுதந்திரத்தைப் பிடுங்கத்தான்' என்று சொல்லியது போலிருந்தது.

அதன் பிறகான நாட்கள் நான் நெருப்பில் நின்ற நாட்கள். அனைவரும் அருகில் இருந்தும் யாருமற்ற அனாதையாகத் தனியளாகிப் போனேன். காதலனைத் தொலைபேசியில் அழைத்து வீட்டை விட்டு வெளியேறித் திருமணம் செய்து கொள்வோம். இருவருக்கும்தான் வேலை இருக்கிறதே என்று அழுது புலம்பப் பெற்றோரின் காதல் திருமணத்தால் பலவிதத்தில் பாதிக்கப்பட்டிருந்த காதலனோ திருமணம் என்று ஒன்று நடந்தால் அது பெற்றோரின் சம்மதத்துடன் மட்டுமே என்று உறுதியாகச் சொல்லிவிட வழியேதும் புலப்படாமல்

திணறினேன். அம்மாவும் அப்பாவும் பேசுவதை முற்றிலுமாக நிறுத்திக்கொண்டார்கள். நான் அடுப்படியில் தடுக்கப்பட்டிருந்த சிறு பகுதிக்கு எனது ஜாகையை மாற்றிக்கொண்டேன். என்னை நானே தனிமைப்படுத்திக்கொண்டேன். சொந்த வீட்டிற்கு அந்நியமாகிப்போனேன். மூச்சு முட்டும் இச்சூழலிலிருந்து தப்பிக்க வேலைக்குச் சேரும் கடிதத்தை எதிர்பார்த்துக் காத்திருந்தேன்.

பணியில் சேர்வதற்கான கடிதம் வந்த அன்று வீட்டில் மீண்டும் பிரச்சனை வெடித்தது. “வேலைக்கெல்லாம் அனுப்ப வேண்டாம். மாப்பிள்ளை பாருங்க” என்று அம்மா அழுது புலம்பினார். ஆனால் அப்பாவோ மிகவும் இயல்பாக இருந்தார். உண்மையில் நான் காதலிக்கும் செய்தி அப்பாவுக்குத் தெரியுமா என்று சந்தேகப்படும் அளவுக்கு அவரது நடவடிக்கைகள் இருந்தன. “ரொம்ப சந்தோஷமா இருக்குடா அழகப்பா. ஒன்னோட ஆஃபிஸைப் பார்க்கணும்போல இருக்குடா. நானும் ஒன்னோட மெட்ராஸூக்கு வர்றேன்டா” என்று கூறி என்னை வேலையில் சேர்த்துவிடச் சென்னைக்கு வந்தார். திரைப்படங்களில் காட்டுவதுபோல் கண்முன் தெரியாமல் என்னை அடித்து உதைத்து வேலைக்குப் போகவிடாமல் ஓர் அறையில் வைத்துப் பூட்டப்போகிறார் என்றெல்லாம் நினைத்துக்கொண்டிருந்த எனக்கு அவரது ஒவ்வொரு நடவடிக்கையும் வியப்பையும் மறுபுறம் ஒருவித அச்சத்தையும் அளித்தன. தனது மகளின் காதலனும் சென்னையில்தான் வேலை பார்க்கிறான் என்பதை அறிந்திருந்தும் அப்பா என்னை வேலைக்கு அனுப்பச் சம்மதித்ததை என்னால் புரிந்து கொள்ளவே இயலவில்லை. தன் மகள் தன் பேச்சை மீறி ஏதும் செய்துவிடமாட்டாளென்ற அவரது அசைக்க முடியாத நம்பிக்கை அவரது ஒவ்வொரு செயலிலும் வெளிப்பட்டு என்னைக் குத்திக் கிழித்தன.

நான் வேலைக்குச் சேர்ந்தபிறகு நீண்ட விடுமுறை கிடைக்கும் போது மட்டும் வீட்டுக்குச் சென்று வந்தேன். வீட்டிலிருந்த சந்தோஷம் மொத்தமாக விடைபெற்றுச் சென்றிருந்தது. உண்டோம், உறங்கினோம், பேசினோம், சிரித்தோம் ஆனால் உள்ளுக்குள் அனைவருமே அழுது கொண்டிருந்தோம். அகத்திலிருந்த வலியும் வேதனையும் அப்பா, அம்மாவின் புறத்திலும் பிரதிபலித்தது. இருவரும் நடைப் பிணங்கள்

போலிருந்தனர். அம்மாச்சி, சித்தியைத் தவிர வேறு யாருக்கும் செய்தி கசியாமல் பார்த்துக்கொண்டனர். "நம்ம பிள்ளைதானே ஏதோ தப்புப் பண்ணிட்டா.மன்னிச்சு அவ ஆசைப்படுற பையனுக்கே கட்டிக்கொடுத்துங்க" என்று சொன்ன அம்மாச்சியிடம் "ஒங்க வேலை என்னவோ அதை மட்டும் பாருங்க. என் குடும்ப விஷயத்துல நீங்க தலையிட வேண்டாம்" என்று அப்பா முகத்திலடித்தாற்போல் சொன்னதைத் தங்கை என்னிடம் சொல்லிப் புலம்பினாள். என்னை மாற்றிவிடலாமென்ற நம்பிக்கையோடு அவர்கள் ஒருபுறம் கயிற்றை இழுக்க அவர்களது மனதை மாற்றிவிடலாமென்ற நம்பிக்கையோடு நான் மறுபுறம் கயிற்றை இழுக்க விரைவில் அறுந்து போகக்கூடிய அபாயத்துடன் உறவெனும் கயிற்றின் இழைகள் பிரியத் தொடங்கியிருந்தன.

என் காதலை வீட்டில் சொல்லி ஒன்றரை வருடங்களுக்கு மேல் ஆகியிருந்தது. குடும்பத்தில் வேறு யாரிடமாவது சொன்னாலொழிய இதற்குத் தீர்வு கிடைக்காது என முடிவெடுத்து நான் ராசப்பன் மாமாவிடம் விஷயத்தைச் சொன்னேன். "நானெல்லாம் சொன்னா ஒங்கப்பா கேட்கிற ஆளா?" என்று சொன்ன மாமா அப்பாவை வழிக்குக்கொண்டு வரக்கூடிய சரியான நபரை அடையாளம் காட்டினார். அவரது ஆலோசனைப்படி சென்னையிலிருந்த அம்மாவின் தாய்மாமன் நக்கீரன் அவர்களைச் சந்திக்க எனது காதலனுடன் சென்றேன். மெல்ல உறவுகளுக்குச் செய்தி தெரியவர அம்மாவின் மற்றொரு தாய்மாமனான சித்திரவேல் பெரியப்பா அவர்களின் மகள் பொன்னி அக்காவின் திருமண நிகழ்வில் அனைவரும் ஒன்று கூடிப் பேசினர். முற்போக்குவாதியான நக்கீரன் பெரியப்பா ஏதேதோ பேசி ஒருவழியாக அப்பாவைச் சம்மதிக்க வைத்தார்.

2000 ஆம் ஆண்டு வை பழனி கோயிலில் திருமணம் நடந்தது. அதன் பிறகு பட்டுக்கோட்டையில் வரவேற்பு நிகழ்ச்சி நடந்தது. எனது திருமணத்திற்குப் பிறகு எங்கள் சாதிக் கழகத்தில் தான் வகித்த பதவியிலிருந்து அப்பா விலகிக்கொண்டதைப் பிற்பாடு தெரிந்துகொண்டேன். வரவேற்பு நிகழ்ச்சி முடிந்த அன்றிரவு அப்பா குடித்துவிட்டுப் போதையில் அண்ணன் ஒருவரிடம் "நான் தோத்துட்டேன். நான் தோத்துட்டேன். என் பொண்ணுகிட்ட தோத்துட்டேன்" என்று சொல்லி அழுதாராம். இதை அப்பாவின் இறப்பிற்குப் பிறகான ஒரு

நாளில் அண்ணன் என்னிடம் சொன்னபோது உண்மையில் அப்பா என்னிடம் தோற்றுப்போனாரா என்ற கேள்வியை எனக்குள் கேட்டுக்கொண்டேன்.

என் காதல் செய்தி தெரிந்த தினத்திலிருந்து முன்கோபக்காரரான அப்பா என்னை எதிர்கொண்ட விதத்தையும் என்னை நடத்திய விதத்தையும் மீண்டும் மனதுக்குள் ஓட்டிப்பார்த்தேன். இறுதிவரை அவர் ஒரு கனவானாகத்தான் நடந்து கொண்டிருந்தார். தனது சுயகௌரவத்திற்காக எனது காதலைப் பலிகொடுக்கக்கூடிய அத்தனை அஸ்திரங்களும் அவர் கையில் இருந்தாலும் அவர் எதையுமே பிரயோகிக்கவில்லை. அத்தனை ஆயுதங்களையும் மண்ணில் போட்டுவிட்டு எனக்காகக் கையில் அட்சதையை எடுத்தவர் அவர். ஒவ்வொரு முறையும் அவரது புகைப்படத்தின் முன் மண்டியிட்டு வணங்கும்போதெல்லாம் நான் மனதுக்குள் சொல்வது "நீங்க தோற்கலைப்பா பொண்ணைப் பெத்தவனா ஜெயிச்சுருக்கீங்க".

எண்ணமே வாழ்வு!

தாய் மகன் உறவு பேசப்பட்டு, கொண்டாடப்பட்ட அளவுக்குத் தந்தை மகள் உறவு ஏன் பேசப்படவில்லை என்ற கேள்வியை நான் அடிக்கடிக் கேட்டுக்கொள்வதுண்டு. தனது பத்து வயது மகள் இந்திராவைப் பிரிந்து சிறையிலிருக்க நேரிட்ட நேரு இந்திராவுக்கு எழுதிய கடிதங்கள் ஒரு தகப்பனுக்கும் மகளுக்குமான ஆழமான உறவை இன்றளவும் பறைசாற்றிக் கொண்டிருக்கின்றன. "அப்பாவின் கடிதங்கள் மனிதர்கள் மீதான அக்கறையையும் என்னைச் சுற்றி உள்ள உலகை அறிந்து கொள்ள வேண்டுமென்ற ஆர்வத்தையும் என்னுள் உருவாக்கின" என்று இந்திரா குறிப்பிடுகிறார். சமூகத்தில் ஆளுமையாக வளர்ந்து நிற்கிற ஒவ்வொரு பெண்ணின் பின்னாலும் நிச்சயம் அவளது தகப்பன் இருப்பான். எனது ஆளுமையிலும் அப்பா என்ற மனிதரின் பங்கு மகத்தானது.

Dad's Little Princess என்ற கருப்பொருளில் தற்போது வெளியாகும் நகைச்சுவை ரீல்களைப் பார்க்கும்போதெல்லாம் எனக்கு அப்பாவின் நினைவு வரும். அதோடு சேர்ந்து எத்தனை வயதுவரை ஒரு மகள் தனது தகப்பனுக்கு இளவரசியாக இருக்க முடியுமென்ற சந்தேகமும் எழுந்து வரும். சிறு வயதில் தந்தைக்கு மிகவும் பிடித்த குட்டி இளவரசியாக நான் இருந்திருக்கிறேன் என்றாலும்கூட ஒரு வயதுக்குப் பிறகு நான் முரண்பட்ட மனிதராகவும் எனது தந்தை

இருந்திருக்கிறார். எங்கள் குடும்பத்தில் பெண்கள் கல்வி கற்றதில் இரண்டாவது தலைமுறையான என்னால் என் அம்மாவைப் போல் தந்தை சொல்லும் எல்லாவற்றிற்கும் தலையாட்டி ஒரு நல்ல மகளாக இருக்க முடிந்ததில்லை. கல்வி, வெளி உலக அனுபவம், அப்பாவிடமிருந்து பெற்ற ரௌத்திரம் அனைத்தும் ஒன்றிணைந்து அப்பாவையே பல சமயங்களில் எதிர்க்க, மீறச் செய்துள்ளன.

'மகளைப் பெற்ற அப்பாக்களுக்கு மட்டுமே தெரியும் முத்தம் காமத்தில் சேர்ந்ததில்லை' என்ற வசனம் ஒரு தகப்பனின் ஆத்மார்த்தமான குரலாக இருந்தாலும் குடும்பத்திற்குள் இந்த குரலுக்கு மதிப்பில்லை என்பதை அனுபவத்தில் அறிந்திருக்கிறேன். அப்பாவின் வயிற்றின்மீது படுத்து உறங்கி, தோள் மீது அமர்ந்து உலகைப் பார்த்து வளர்ந்தாலும் வயதுக்கு வந்தவுடன் அப்பா இனிமேல் அப்பா மட்டுமல்ல ஆணும்கூட என்று மறைமுகமாகப் பல வழிகளில் சொல்லப்பட்டபோது இளவரசியாக இருந்தவள் அன்னியமாகிப்போனேன். அதன் பிறகான காலங்களில் அகத்தில் அவரை ஒரு கதாநாயகனாகக் கொண்டாடும் மகளாகவும் புறத்தில் அவரோடு சில சமயங்களில் முரண்படும் பெண்ணாகவும் மாறிப்போனேன்.

எனது ஜாதகத்தைப் பார்த்த அத்தனை சோதிடர்களும் "ஆம்பிளைப் பிள்ளையா பொறக்க வேண்டியது நொடி வித்தியாசத்துல பொம்பளைப் புள்ளையாப் பொறந்துடுச்சு" என்று சொல்லித்தான் தொடங்குவார்கள். அப்போதெல்லாம் நல்லவேளை ஆணாகப் பிறக்கவில்லை என்று நினைத்துக்கொள்வேன். மகனாகப் பிறந்திருந்தால் என்னப்பனை இத்தனை நெருக்கமாக அறிந்திருப்பேனா என்று தெரியவில்லை. என்னப்பனை உயிரை விட மேலாக நேசித்தத் தருணங்களும் உண்டு. உக்கிரமாக வெறுத்தத் தருணங்களும் உண்டு.

இப்படி உடன்பட்டும் முரண்பட்டுமிருந்த உறவில் அப்பாவிடமிருந்து நான் பெற்றுக்கொண்டவை ஏராளம். அற்றம் காக்கும் கருவியான அறிவை இறப்புவரை தேடிச் சேர்க்கவேண்டுமென்பதை, நேர்மையைவிட ஒரு மனிதனுக்கு வாழ்வில் பெரிய நிறைவு இல்லை என்பதை, எங்கு பேச வேண்டுமோ அங்கு துணிந்துபேச வேண்டுமென்பதை, பணி

வோடும் அதே சமயம் திமிரோடும் இருக்க வேண்டுமென்பதை, ஓர் இடத்திற்குக் காலதாமதமாகச் செல்வதை வழக்கமாகக் கொண்டால் தோல்விகள் வந்து கைகுலுக்குமென்பதை, பிறரோடு நம்மை ஒப்பிட்டால் வாழ்வு நாசமாகுமென்பதை அப்பாதான் தனது வாழ்வு மூலம் எனக்குச் சொல்லித் தந்தார்.

இத்தனைக்கும் மேலாக அப்பா எனக்குக் கையளித்த ஆப்த வாக்கியம் ஒன்றுண்டு. "எண்ணமே வாழ்வு" என்பதுதான் அது. இந்த மாபெரும் பிரபஞ்சத்தில் காற்றோடு கரைந்திருக்கும் அப்பாவின் எண்ணங்கள்தான் என் மூலம் இந்த நூலை எழுதச்செய்து அவருக்கு அழிவற்ற வாழ்வை அளித்துள்ளது போலும்.

அப்பா